നക്ഷത്രങ്ങളുടെ ആൽബം

കലവൂർ രവികുമാർ

നോവൽ

നക്ഷത്രങ്ങളുടെ ആൽബം

കലവൂർ രവികുമാർ

ചിത്രമെഴുത്ത്

ഐഷ മുസ്ലിയാരകത്ത്

ഗ്രീൻ ബുക്സ്

green books private limited
gb building, civil lane road, ayyanthole,
thrissur- 680 003, kerala, ph: +91 487-2381066, 2381039
website: www.greenbooksindia.com
e-mail: info@greenbooksindia.com

malayalam
nakshathrangalute album
novel
by
kalavoor ravikumar

first published july 2017

illustrations : aisha musliyarakath
cover design : rajesh chalode

branches:
thrissur 0487-2422515
palakkad 0491-2546162
kannur 0497-2763038
thiruvananthapuram 0471-2335301

isbn : 978-93-86440-68-6

GBPL/939/2017

മുഖക്കുറി

ഇത് സിനിമയ്ക്കുള്ളിലെ കഥ. ഒരു സിനിമാ യൂണിറ്റ് പോലെ ജീവിതം ലൊക്കേഷനിൽ നിന്ന് ലൊക്കേഷനിലേക്ക് സഞ്ചരിക്കുന്നു. സംവിധായകൻ, നടന്മാർ, നടികൾ, സിനിമാപ്രവർത്തകർ. അവരാണിവിടെ കഥാപാത്രങ്ങൾ. ജീവിതത്തിലും സിനിമയിലും ഒരേ പോലെ കഥാപാത്രങ്ങളായവർ. ലക്ഷങ്ങളുടെ പ്രതിഫലത്തിൽനിന്ന് കോടികളുടെ പ്രതിഫലത്തിൽ എത്തിനിൽക്കുന്ന സിനിമയുടെ കാലം എത്ര വേഗത്തിലാണ് ഓടിമറയുന്നത്? ഒരു സിനിമ കഴിയുമ്പോൾ തീരുന്നതാണ് എല്ലാ സ്നേഹബന്ധവും. പ്രണയവും കാമവും പോലും. കലവൂർ രവികുമാർ വ്യത്യസ്തമായ ഒരു കഥ പറയുന്നു. സിനിമയ്ക്കുള്ളിലെ ജീവിതം.

കൃഷ്ണദാസ്
മാനേജിങ് എഡിറ്റർ

സമർപ്പണം

ഞാൻ സ്വപ്നങ്ങളിൽ മാത്രം
പറന്നു നടക്കുമ്പോൾ
യാഥാർത്ഥ്യത്തിലേക്ക് എന്നെ
പിടിച്ചുകെട്ടുന്നത് ഷംനയാണ്.
എന്നെ വീണ്ടും കെട്ടഴിച്ചുവിടുന്നതോ -
പാറുവും ചാരുവും.

സിനിമയാണ് എന്റെ അന്നം. അതിനുവേണ്ടിയുള്ള പരക്കം പാച്ചിലിനിടയിൽ ഞാൻ അവിടുത്തെ സ്ത്രീകളെ വല്ലാതെ ശ്രദ്ധിച്ചിട്ടുണ്ട്. അവരെ അടുത്ത് കാണാൻ ശ്രമിച്ചിട്ടുണ്ട്. ആ കാഴ്ചകളിൽ ചിലതാണ് "നക്ഷത്രങ്ങളുടെ ആൽബം." ഉവ്വ്. ഇങ്ങനെയാണ് ഞാൻ നമ്മുടെ തിരശ്ശീലയിലെ സ്ത്രീകളെ അടയാളപ്പെടുത്തുന്നത്.

ഒപ്പം ഒരു കാര്യം കൂടി വ്യക്തമാക്കട്ടെ, ഇതിൽ ഒരു കഥാപാത്രവും ഒരാളുടെയും പകർപ്പല്ല. ഒരാളുടെ സ്വകാര്യജീവിതവും ഇല്ല.

എന്റെ ഒരു കഥാപാത്രത്തിൽ പല മനുഷ്യരുണ്ടാകാം. പലരുടെയും ജീവിതവും അനുഭവങ്ങളും എന്റെ ഭാവനയും ഉണ്ടാകാം. അതിനപ്പുറത്തുള്ള വായനക്കുള്ളതല്ല "നക്ഷത്രങ്ങളുടെ ആൽബം".

സിനിമയാണ് ഈ നോവലിന്റെ പശ്ചാത്തലമെങ്കിലും സിനിമയിലെ ചിലരെങ്കിലും ഇത് വായിക്കുന്നത് ഞാൻ വല്ലാതെ പേടിക്കുന്നുണ്ട്. എന്തെന്നാൽ എന്റെ കഥകൾ വായിച്ച ചില ചലച്ചിത്ര പ്രവർത്തകരെങ്കിലും അനുവാദം ഇല്ലാതെ അവ സിനിമയാക്കിയിട്ടുണ്ട്. ഞാൻ എഴുതുന്നത് ആർക്കെങ്കിലും മോഷ്ടിക്കാനല്ല. എന്റെ കഥകളുടെ അവകാശികൾ എന്റെ രണ്ടു പെൺകുട്ടികളാണ്. അവരെ ഇനിയും കൊള്ളയടിക്കരുത്.

അതുകൊണ്ടു "നക്ഷത്രങ്ങളുടെ ആൽബം" അത്തരം മൃഗജന്മങ്ങൾ വായിക്കരുത്.

സത്യമായും ഇതൊരു യാചന കൂടിയാണ്.

കലവൂർ രവികുമാർ

ഒന്ന്

“ഓൾ ലൈറ്റ്സ്” എന്ന നിർദേശം മുഴങ്ങുകയും പ്രകാശം മുഴുവൻ തന്നിലേക്ക് പ്രസരിക്കുകയും ചെയ്തപ്പോൾ ശ്രീബാല അറിഞ്ഞു- ഉള്ളിൽ ആശങ്കയുടെ നിഴലുകൾ കൂടുകെട്ടുകയാണ്.

എത്രയോ വർഷങ്ങൾക്കുശേഷമാണ് അവർ ക്യാമറയുടെ മുന്നിലെത്തുന്നത്.

കാലം ഈ ലോകത്തെ കീഴ്മേൽ മറിച്ചിരിക്കുന്നു. പുതിയ ചെറുപ്പക്കാരാണ് ചുറ്റും. ക്യാമറപോലും പഴയതല്ല. ഫിലിമില്ല. ഓരോ ഷോട്ടും മോണിറ്ററിൽ കാണാം. റെക്കോഡ് ചെയ്യാം. റീവൈൻഡ് ചെയ്തു കാണാം. തൃപ്തികരമല്ലെങ്കിൽ വീണ്ടും എടുക്കാം.

ശ്രീബാല നായികയായി അഭിനയിച്ചിരുന്ന കാലത്ത് ഇതൊന്നും ഊഹിക്കാൻപോലും കഴിയുമായിരുന്നില്ല.

“എന്തുപറ്റി മാഡം?” സംവിധായകൻ പ്രശാന്ത് അടുത്തുവന്നു.

“നത്തിംഗ്. റെഡി സാർ” ശ്രീബാല ചിരിക്കാൻ ശ്രമിച്ചു.

തന്നേക്കാൾ എത്രയോ ചെറുപ്പമാണ് അയാൾ. എന്നാലും ആ സ്ഥാനം സ്ഥാനം തന്നെ.

കഥ പറയാൻ വന്നതുമുതൽ അയാളെ സർ എന്നു വിളിക്കുന്നുണ്ട്. അപ്പോഴെല്ലാം അയാൾ പതറുന്നതും കാണാം. ശ്രീബാലയ്ക്ക് ഇത്തിരി രസം തോന്നാതിരുന്നില്ല.

കൂട്ടുകാരിയോട് തമാശ പറഞ്ഞുകൊണ്ട് രാത്രി പാർക്കിലൂടെ നടക്കുന്ന മിഡ്ഷോട്ടാണ്. കൂട്ടുകാരി ആദ്യം ഫ്രെയിമിലില്ല. പതുക്കെ അവർ ഫ്രെയിമിലേക്ക് കയറിവരികയേ ഉള്ളൂ.

സുചിത്രയാണ് ആ വേഷമിടുന്നത്. ഒരുവിധം മാർക്കറ്റുണ്ട് അവർക്ക്. താൻ രംഗം വിടുമ്പോൾ അവർ ചെറിയ വേഷങ്ങളൊക്കെ ചെയ്തുവരികയായിരുന്നു. പിന്നീടാണ് അവർ വളർന്നത്. ഇപ്പോൾ തന്നെപ്പോലെ നാൽപ്പത് പിന്നിട്ടു.

ഇവിടെ ലൈറ്റപ്പ് ചെയ്തതുപോലെ, തൽക്കാലം എല്ലാ കണ്ണുകളും തന്നിലേക്കാണ്. ആ ഒരു അകൽച്ച സുചിത്രയുടെ ശരീരഭാഷയിലുണ്ട്.

"ടെയ്ക്ക്" സംവിധായകന്റെ അനൗൺസ്മെന്റ് വന്നു.

ശ്രീബാല പിന്നെ തന്നോടുതന്നെ പറഞ്ഞു. "ഒരിക്കൽ താൻ അഭിനയത്തെ സ്നേഹിച്ചതേ ഇല്ല. പക്ഷേ ഇപ്പോൾ ജീവിച്ചിരിക്കാൻ, ജീവിച്ചിരിപ്പുണ്ടെന്ന് സ്വയം ബോധ്യപ്പെടുത്താൻ ഇതല്ലാതെ മറ്റൊരു വഴിയുമില്ല."

അങ്ങനെ ശ്രീബാലയുടെ ഹൃദയത്തിലും ഇത്തിരി പ്രകാശം അരിച്ചരിച്ച് വീണു.

ഷോട്ട് കഴിഞ്ഞപ്പോൾ യൂണിറ്റ് മുഴുവൻ കയ്യടിച്ചു. പഴയ സഹപ്രവർത്തക അഭിനയം മറന്നില്ലെന്നതിനുള്ള അഭിനന്ദനം. അല്ലെങ്കിൽ "ഇതാ ഞങ്ങളെല്ലാം നിങ്ങളുടെ കൂടെയുണ്ടെ"ന്ന സാന്ത്വനം.

എന്തായാലും ആശ്വാസം.

സുചിത്രയും ശ്രീബാലയെ നോക്കി ഒന്നു ചിരിച്ചു.

സംവിധായകൻ ഒന്നും പറഞ്ഞില്ല- ആളൊഴിഞ്ഞ മരുഭൂവിലെ ഒറ്റ മരംപോലെയാണ് അയാൾ. ആരോടും അധികം വർത്തമാനമില്ല. പറ്റുമെങ്കിൽ ബഹളങ്ങളിൽ നിന്ന് ഒഴിഞ്ഞുമാറിനിൽക്കും. ഇടയ്ക്ക് ഒറ്റയ്ക്ക് സംസാരിക്കുന്നതും കാണാം.

പക്ഷേ എവിടെയോ സ്നേഹവും ബഹുമാനവും അയാളോടു തോന്നുന്നുണ്ട്- അങ്ങനെ ഒരു കഥയാണ് അയാൾ പറഞ്ഞത്.

രണ്ടു വീട്ടമ്മമാർ കൂട്ടുകാരികളാവുന്നു. തീരാത്ത സൗഹൃദം തന്നെ അവർക്കിടയിൽ ഉടലെടുക്കുന്നു. പതുക്കെ അവരുടെ കുടുംബങ്ങൾ അസ്വസ്ഥരാവുന്നു. അവർ ലെസ്ബിയൻസാണെന്നു സംശയിക്കുന്നു, ആരോപിക്കുന്നു. ലെസ്ബിയൻസാവാതെയും രണ്ടു സ്ത്രീകൾ തമ്മിൽ സൗഹൃദം പുലർത്തിക്കൂടേ എന്നവർ ചോദിക്കുന്നു- അങ്ങനെ പ്രത്യക്ഷത്തിൽ ആർക്കും അത്ര രസം തോന്നാത്ത കഥ.

ക്ലൈമാക്സ് ഇത്തിരി സങ്കീർണമാണുതാനും. അതേക്കുറിച്ചൊന്നും വേവലാതിയില്ലാത്തതുപോലെയാണ് പ്രശാന്തിന്റെ മട്ട്.

ഇങ്ങനെ ഒരു ക്ലൈമാക്സ് പ്രേക്ഷകർ സ്വീകരിക്കുമോ എന്ന് ശ്രീബാലയ്ക്ക് ആശങ്ക തോന്നിയിരുന്നു; അയാളോട് ചോദിക്കണം.

മിക്കവാറും ഒരു ചിരിയിൽ ഒതുങ്ങും ഉത്തരം.

ഒരിക്കൽ തനിച്ചു സംസാരിക്കുന്ന അയാളോട് "ആരോടാ ഈ വർത്തമാനം" എന്നാരാഞ്ഞപ്പോഴും ചിരിയായിരുന്നു മറുപടി.

ഉത്തരം തരാൻ ഇല്ലാത്തതും മനസ്സില്ലാത്തതുമായ ചോദ്യങ്ങൾക്ക് ചിരി നല്ല മരുന്നാണ്. അതിനെ എങ്ങനെയും വായിക്കാം.

നേരത്തെ കുറേ സിനിമകൾക്ക് പ്രശാന്ത് തിരക്കഥയെഴുതിയിട്ടുണ്ട്. അതിൽ മിക്കതും സാമ്പത്തിക വിജയവുമായിരുന്നു. എന്നിട്ടും ആദ്യ

സംവിധാന സംരംഭത്തിന് ആ യുവാവ് ഓഫ്ബീറ്റ് എന്നു പറയാവുന്ന ഒരു കഥ എന്തേ തെരഞ്ഞെടുത്തു- അറിഞ്ഞുകൂടാ.

പക്ഷേ ഇങ്ങനെ ഒരു കഥയല്ല അയാൾ പറഞ്ഞിരുന്നതെങ്കിൽ താൻ ചലച്ചിത്രരംഗത്തേക്ക് തിരിച്ചുവരുമായിരുന്നതിനെക്കുറിച്ച് ആലോചിക്കുമായിരുന്നോ?

ഈ കഥാപാത്രത്തിൽ എവിടെയോ താനുണ്ട്. വീടും ഭർത്താവും കുട്ടികളും ഒക്കെയുണ്ടായിട്ടും എവിടെയൊക്കെയോ തനിച്ചായിപ്പോയ ഒരാളാണ് ഇതിലെ സുനന്ദ. ഭർത്താവും കുട്ടികളും പടിയിറങ്ങുമ്പോൾ വീട് മുഴുവൻ നടന്നു തീർക്കുന്ന ഒരു ഏകാകി. അടുത്ത വീട്ടിൽ പുതുതായി എത്തിയ വാടകക്കാരി ആൻമരിയയാണ് അവളെ വീടിനു പുറത്തെ കാഴ്ചകളിലേക്ക് കൊണ്ടുപോകുന്നത്.

മുറിഞ്ഞ ചിറകുകൾ വീണ്ടും മുളച്ച ആഹ്ലാദത്തിൽ ഒരു പക്ഷി ആകാശം തൊടുംപോലെ, ശേഷം സുനന്ദ ജീവിതത്തിലേക്ക് പറക്കുകയാണ്- സന്തോഷംകൊണ്ടും സങ്കടംകൊണ്ടും കരഞ്ഞുകൊണ്ട്.

ആ വാക്കുകൾ കഥ പറയുമ്പോൾ പ്രശാന്ത് പലവട്ടം ആവർത്തിച്ചു. “സന്തോഷംകൊണ്ടും സങ്കടംകൊണ്ടും കരഞ്ഞുകൊണ്ട്....”

വീണ്ടും അഭിനയിക്കാമെന്ന തീരുമാനം തന്നിലുണ്ടായത് അപ്പോഴാവാം.

എങ്ങനെയാണ് ഈ ചെറുപ്പക്കാരന് ഒരു സ്ത്രീയുടെ മനസ്സ് സൂക്ഷ്മമായി വായിക്കാനായത് എന്ന് തോന്നിയിരുന്നു. അതയാളോട് ചോദിച്ചിട്ടും കാര്യമില്ല. എന്തെന്നാൽ അയാളിലേക്ക് ഒരിക്കലും വാതിൽ തുറക്കാൻ അയാൾ ഇഷ്ടപ്പെട്ടില്ല. സദാ ദൂരെ മാറിനിന്നുമാത്രം അയാൾ എല്ലാവരോടും ഇടപെടുന്നു.

അതല്ല സിനിമയുടെ രീതി. ജോലി ചെയ്യുന്ന രണ്ടുമൂന്നു മാസം കുടുംബാംഗങ്ങളേക്കാൾ അടുക്കുന്നു. അതുകഴിഞ്ഞു തീർത്തും അപരിചിതരായി പിരിയുന്നു. പിന്നെ അടുത്ത ചിത്രത്തിലെ സഹപ്രവർത്തകരുമായി ഇതുതന്നെ ആവർത്തിക്കുന്നു.

പുറത്തുനിന്നൊരാൾക്ക് ഈ അടുപ്പവും അതിന്റെ അവസാനവും പിടികിട്ടുകയേ ഇല്ല. ഇവിടെ ഒരുമിച്ചു ജോലി ചെയ്തു തീരുമ്പോൾ അവസാനിക്കുന്നതാണ് മിക്കവാറും എല്ലാ ബന്ധവും. പ്രണയവും കാമവും പോലും മിക്കപ്പോഴും അങ്ങനെതന്നെ.

ഒരിടവേളയിൽ ശ്രീബാല പ്രശാന്തിനോട് വെറുതേ സംസാരിക്കാൻ ശ്രമിച്ചു.

“എങ്ങനെയാണ് സിനിമയിൽ എത്തിപ്പെട്ടത്”

“ഒരു ഒഴുക്കിൽപെട്ടപോലെ ഞാനിവിടെ വന്നുചേർന്നതാ.”

ഒഴുക്കിൽപ്പെടാൻ ഇയാൾ മരമോ തടിയോ ആണോ എന്ന കുസൃതി ഉള്ളിൽ വിരിഞ്ഞിട്ടും ശ്രീബാല അതു മായ്ച്ചുകളഞ്ഞു.

അടഞ്ഞ വാതിലുകൾ അടഞ്ഞ വാതിലുകൾ തന്നെയാണ്. അതിന്റെ വിടവുകളിലൂടെ എത്തിനോക്കുകയും അരുത്. ഈ ജോലിയിൽ അതാണ് ഒരു കണക്കിനു ബുദ്ധിയും.

ബ്രേക്ക് ടൈമിൽ സുചിത്ര പറഞ്ഞു.

"വലിയ ഒരിടവേളയ്ക്ക് ശേഷമാണ് ശ്രീബാല ക്യാമറയുടെ മുന്നിൽ നിൽക്കുന്നതെന്ന് തോന്നുകയില്ല."

ശ്രീബാല അവരുടെ കൈപിടിച്ചു. വെറും വാക്കാവാമെങ്കിലും അത്രയും പറഞ്ഞല്ലോ? മാത്രമല്ല തങ്ങൾ കൂട്ടുകാരായില്ലെങ്കിൽ തിരശ്ശീലയിൽ സുനന്ദയും ആൻമരിയയും പിരിയാത്ത ചങ്ങാതിമാരാവുന്നത് എങ്ങനെ?

ഒരിക്കൽ വലിയ താരമായിരുന്ന ശ്രീബാല, വീണ്ടും അഭിനയിച്ചു തുടങ്ങുന്നത് കവർ ചെയ്യാൻ ആവോളം പത്രപ്രവർത്തകർ കാത്തു നിൽപ്പുണ്ടായിരുന്നു. അവരിലൊരാൾ ചോദിച്ചു.

"നന്ദകുമാർ ഈ തിരിച്ചുവരവ് ഇഷ്ടപ്പെടുന്നില്ലെന്നാണ് വാർത്തകൾ."

ശ്രീബാല അപ്പോൾ പ്രശാന്തിന്റെ ചിരി ഓർത്തു. അതുപോലെ തന്ത്രപൂർവം ഒന്നു ചിരിക്കാനും ശ്രമിച്ചു.

പത്രങ്ങൾ ആ ചിരിയിൽ തൃപ്തിപ്പെട്ടൊന്നുമില്ല.

"ആക്ചലീ, നിങ്ങൾ പിരിയുകയാണോ?"

"അങ്ങനെയാണെങ്കിൽ നഷ്ടപരിഹാരത്തിന് ശ്രീബാല കേസ് ഫയൽ ചെയ്യുമോ?"

"അതല്ല. അക്കാര്യത്തിലും ധാരണയായിക്കഴിഞ്ഞോ?"

രോഷം മഷിപോലെ ശ്രീബാലയുടെ ഉള്ളിൽ പടർന്നു. എന്നിട്ടും ആകാവുന്നത്ര സൗമ്യമായി അവർ ചോദിച്ചു. "നിങ്ങളുടെ ദാമ്പത്യം നിങ്ങളുടെ സ്വകാര്യതയായിരിക്കുന്നതു പോലെ എന്റെ ദാമ്പത്യം എന്റെ സ്വകാര്യതയല്ലേ?"

"നിങ്ങളൊരു സെലിബ്രിറ്റിയാണല്ലോ?" എന്നാരോ ഇടയിൽ കയറി ചോദിക്കുന്നതു കേട്ടു.

ശ്രീബാലയ്ക്ക് തോന്നി ഇവിടെ നിന്നു എഴുന്നേറ്റു പോകുന്നതാണ് നല്ലത്.

ശേഷം ശ്രീബാല തന്നെയും നന്ദനെയും കുറിച്ച് ആലോചിക്കുകയായിരുന്നു. അതിന്റെ അവസാനം എന്നപോലെ അന്നുരാത്രി നന്ദൻ വിളിക്കുകയും ചെയ്തു.

എത്രയോ കാലത്തിനുശേഷമാണ് ഇങ്ങനെ ഒരു വിളി.

യു.എസിൽ കുറേ ചലച്ചിത്രതാരങ്ങളോടൊപ്പം കലാപരിപാടികൾ

അവതരിപ്പിക്കാൻ പോയതായിരുന്നു അയാൾ. യാത്ര പറച്ചിലൊന്നും ഉണ്ടായിരുന്നില്ല. ആരോ പറഞ്ഞു അറിഞ്ഞതാണ്.

അതിനും എത്രയോ മുൻപു തന്നെ അവർ രണ്ട് വീടുകളിലായി ക്കഴിഞ്ഞിരുന്നു.

“നീ എന്നോട് പറഞ്ഞില്ല” മഞ്ഞുറഞ്ഞതുപോലുള്ള തണുത്ത സ്വര ത്തിൽ നന്ദൻ പറഞ്ഞു.

പറയാൻ നമുക്കിടയിൽ എന്നേ വാക്കുകൾ മരിച്ചുപോയി. ശ്രീബാല മനസ്സിൽ മന്ത്രിച്ചു.

അടുത്ത നിമിഷം അങ്ങേത്തലയ്ക്കൽ ഫോൺ കട്ട് ചെയ്യുന്ന ശബ്ദം കേട്ടു.

ആദ്യ ദിവസങ്ങളിലെ സഭാകമ്പം മറികടന്നാൽ ശ്രീബാലയ്ക്ക് അനാ യാസം ക്യാമറയ്ക്ക് മുന്നിൽ ബിഹേവ് ചെയ്യാനാകും എന്നാണ് പ്രശാന്ത് കണക്ക് കൂട്ടിയിരുന്നത്. ഇപ്പോൾ അയാൾക്ക് സംശയം തോന്നി ത്തുടങ്ങി- ഇടയ്ക്ക് ചരടുപൊട്ടിപ്പോയ ഒരു പട്ടമാകുന്നുണ്ടോ അവർ?

ഒരു നടന് നടിക്ക് ഏറെ വേണ്ടത് മനസ്സാന്നിധ്യമാണ്. താൻ എന്താണ് ചെയ്യുന്നതെന്ന് അറിഞ്ഞുകൊണ്ട്, അതു നടനമല്ലെന്ന് കാണിയെ ബോധ്യപ്പെടുത്താനുള്ള മനഃസാന്നിധ്യം. ശ്രീബാലയ്ക്ക് അതില്ലാതെ പോവുകയാണോ? അവർ ഇടയ്ക്കിടെ മറ്റെങ്ങോ പറന്നുപോകുന്നുണ്ടോ?

ഒരുകാലത്ത് കത്തിനിന്ന താരമാണ്. അന്ന് അവരുടെ ഓരോ വേഷ ത്തിനു വേണ്ടിയും താനുൾപ്പെടെ എല്ലാവരും കാത്തിരുന്നു. ആ ബഹുമാനം തനിക്ക് ഇപ്പോഴും ഉണ്ട്. പിന്നെ പ്രായത്തിലും തന്നേക്കാൾ മുതിർന്ന ആൾ. ഇതാവട്ടെ തന്റെ ആദ്യ സംവിധാനചിത്രവും. ഇതൊക്കെ കൊണ്ട് എന്തുപറ്റി എന്നൊക്കെ സ്വാതന്ത്ര്യത്തോടെ ചോദിക്കാൻ വയ്യ.

അവരുടെ ദാമ്പത്യം അത്ര സുഖകരമല്ല എന്നു ചലച്ചിത്രരംഗത്തു ള്ളവർക്കെങ്കിലും അറിയാം. വിവാഹത്തോടെ അഭിനയത്തോട് വിട പറഞ്ഞ അവർ തിരിച്ചുവരുന്നത് നന്ദകുമാറിനു ഇഷ്ടപ്പെട്ടിരിക്കാൻ ഇട യില്ല. അതിന്റെ അസ്വാരസ്യങ്ങളാവാം ഇടയ്ക്ക് അവരെ എങ്ങോ കൊണ്ടുപോകുന്നത്.

തനിക്ക് അതേക്കുറിച്ചൊന്നും ഓർക്കാൻ വയ്യ. തനിക്ക് ഓർക്കാൻ തന്റെ ജീവിതം തന്നെ ധാരാളം.

ഇതുവരെയും ജീവിതത്തിൽ എന്തെങ്കിലും നേടിയെന്നു അഭിമാന മില്ല. അങ്ങനെ ഒരു നിമിഷത്തിനുവേണ്ടിയുള്ള അവസാന പരിശ്രമമാ ണിത്.

ഒരിക്കലെങ്കിലും ജയിക്കണം. ആശിക്കുംവിധം ചിലതെല്ലാം കൈപ്പിടി യിലൊതുക്കണം. ചിലരെല്ലാം ആ ജയം കണ്ടാൽ, അറിഞ്ഞാൽ അതീവ സന്തോഷം - അങ്ങനെയും ചില നിമിഷങ്ങൾ ഉണ്ടാവാൻ

അതിനിഗൂഢമായി ആഗ്രഹിക്കുന്നുണ്ട് പ്രശാന്ത്. ചിലപ്പോൾ അയാൾക്കു തന്നെ തോന്നും- എന്തിനാണ് ഇത്തരം ചിന്തകൾ? അപ്പോൾതന്നെ ഉത്തരവും കിട്ടും- ചിലപ്പോൾ സാധാരണയിലും താഴെയാണ് താൻ. തികച്ചും അതിസാധാരണനായ ഒരാൾ.

അസാധാരണമായ ചിലതെല്ലാം തന്റെ ഉള്ളിലുണ്ടെന്ന് ഒരാൾ മാത്രമേ, പറഞ്ഞിട്ടുള്ളൂ. ഗംഗപോലും അങ്ങനെ തന്നെ കണ്ടില്ല. അല്ലെങ്കിൽ കാണാതിരിക്കാൻ ശ്രമിച്ചു.

ഗംഗയുടെ അച്ഛൻ രാജഗോപാൽ സാർ മാത്രം കരുതി. "അവന് എന്തോ ഒരു പ്രത്യേകതയുണ്ട് കേട്ടോ. ആ പ്രത്യേകത അവൻ സൂക്ഷിച്ചാൽ നല്ലത്."

അന്ന് ആ ഇളംപ്രായത്തിൽ തനിക്ക് എന്ത് സവിശേഷതയാണുണ്ടായിരുന്നത്? ഇപ്പോഴും അതവനു നിശ്ചയമില്ല.

അന്നു സർ ആവർത്തിക്കുമായിരുന്നു. "നിന്റെ സവിശേഷതകൾ നീ തേച്ചുമിനുക്കുക. നിന്നെ രക്ഷിക്കുന്നതും ആ സവിശേഷതകളാവും."

രാജഗോപാൽ സാർ ചൂണ്ടിക്കാട്ടിയ പ്രത്യേകതകൾ താൻ തിരിച്ചറിഞ്ഞോ, അതുതന്നെ രക്ഷിച്ചോ എന്നൊന്നും അവനറിഞ്ഞുകൂടാ. ഒന്നു മാത്രം ഉറപ്പാണ്. ഇപ്പോൾ അവൻ ആ രണ്ട് മനുഷ്യരെ കാണാൻ തീവ്രമായി ആഗ്രഹിക്കുന്നുണ്ട്. രാജഗോപാൽ സാറിനെയും ഗംഗയെയും.

ഒരിക്കൽ അയൽക്കാരായിരുന്നു അവർ. പ്രശാന്തിന്റെ അച്ഛനും അമ്മയും സർക്കാർ ഉദ്യോഗസ്ഥരായിരുന്നു. നാലു മക്കളാണ് അവർക്ക്. പ്രശാന്ത് ഇളയവൻ. വീട്ടിൽ അത്യാവശ്യം പത്രമാസികകൾ ഉണ്ടായിരുന്നു. അതുകൊണ്ട് വായനയും.

പ്രശാന്ത് ഒൻപതിൽ പഠിക്കുമ്പോഴാണ് പുതിയൊരു കുടുംബം അയൽപക്കത്ത് സാന്നിധ്യമറിയിക്കുന്നത്. രാജഗോപാൽ സാറും ഭാര്യയും ഏക മകളും. നഗരം മടുത്തു ഗ്രാമത്തിൽ പാർക്കാനെത്തിയതായിരുന്നു അവർ. ബിസിനസ്സുകാരനായിരുന്നെങ്കിലും സാറിനു വീട്ടിൽ ഗംഭീരമായ ഒരു ലൈബ്രറിയുണ്ടായിരുന്നു. അലമാരകളിൽ അടുക്കിവെച്ച അസംഖ്യം പുസ്തകങ്ങളുടെ നടുവിൽ വിസ്മയത്തോടെ നിന്നുപോയിട്ടുണ്ട് പ്രശാന്ത്. അതു ശ്രദ്ധിച്ചാണ് ഒരിക്കൽ രാജൻ സാർ പറഞ്ഞത് "പുസ്തകങ്ങൾ കാണാനുള്ളതാണെന്ന് ആരു പറഞ്ഞു? ചെല്ലൂ, ചെന്നുതൊട്ടു നോക്കൂ."

അവനെപ്പോലെ ഒൻപതാം ക്ലാസിൽ പഠിക്കുകയായിരുന്നു ഗംഗ. നിലാവ് പരത്തുംപോലെ ചിരിച്ചുകൊണ്ട് ഗംഗ ഒരു അലമാര തുറന്നു, അവനു പുസ്തകങ്ങൾ എടുത്തുകൊടുത്തു.

ഗംഗയും നല്ല വായനക്കാരിയായിരുന്നു. പിന്നെ മറ്റു കുട്ടികൾ മൈതാനത്ത് കളിച്ചു തിമിർക്കുമ്പോൾ പോലും അവർ വായിച്ച പുസ്തകങ്ങളെ

ക്കുറിച്ച് ചർച്ച ചെയ്തുനടന്നു. പതുക്കെ പതുക്കെ ഗംഗയേക്കാൾ കൂടുതൽ സമയം ലൈബ്രറിയിൽ ചെലവഴിക്കുക പ്രശാന്തിന്റെ പതിവായി.

ഗംഗ പറയും "എന്റെ അച്ഛൻ ലൈബ്രറി പണിതിരിക്കുന്നത് എനിക്ക് വേണ്ടിയോ, നിനക്ക് വേണ്ടിയോ?"

പ്രശാന്ത് അപ്പോൾ സ്വയമറിയാതെ ചിരിക്കും.

രാജൻ സാർ അവനെ കാണുന്നുണ്ടായിരുന്നു. ദൂരേക്ക് യാത്ര പോവുമ്പോൾ അദ്ദേഹം ചോദിക്കും. "നിനക്ക് ഏത് പുസ്തകമാണ് വേണ്ടത്?"

അങ്ങനെ ഗംഗയെപ്പോലെ അദ്ദേഹത്തിന്റെ തിരിച്ചുവരവുകൾ അവനും കാത്തിരിക്കാൻ തുടങ്ങി. കൂടുതലും മദ്രാസിലെ നുങ്കംപാക്കത്തെ ലാൻഡ്മാർക്ക് എന്ന പുസ്തശാലയിൽ നിന്നാണ് അവനുള്ള പുസ്തകങ്ങൾ വാങ്ങിച്ചിരുന്നത്.

അതിനിടയിൽ എപ്പോഴോ പ്രശാന്തിനും ഗംഗയ്ക്കും ഇടയിൽ അനുരാഗം വിടർന്നു തുടങ്ങിയിരുന്നു.

വീട്ടിലെ വിശേഷദിവസങ്ങളിലെല്ലാം ഗംഗ പ്രശാന്തിന്റെ സാന്നിധ്യം ആഗ്രഹിച്ചു. സിനിമയ്ക്ക് പോകുമ്പോഴും അവനെ ഒപ്പം കൂട്ടാൻ അച്ഛനമ്മമാരെ നിർബന്ധിച്ചു. അടുത്തടുത്ത സീറ്റുകളിലിരുന്നു, കപ്പലണ്ടി കൊറിച്ച് സ്ക്രീനിലേക്ക് നോക്കിയിരിക്കുക അവർക്ക് ലഹരിയായി. ആ കാഴ്ചകളിൽ നിന്നാണ് സിനിമയോട് പ്രശാന്തിന് കമ്പം തുടങ്ങുന്നത്.

"സിനിമയിലെ എഴുത്തുകാരും സംവിധായകരും യഥാർത്ഥത്തിൽ ദൈവങ്ങളാ. അവർ അവർക്കിഷ്ടമുള്ള ഒരു ലോകം സൃഷ്ടിച്ച് അതാണ് നമ്മളെ കാണിക്കുന്നത്." ഓരോ സിനിമ വിട്ടിറങ്ങുമ്പോഴും പ്രശാന്ത് പറയും.

ഗംഗ അവന്റെ വാക്കുകൾ കേട്ട് നടക്കും. ഇടയ്ക്ക് പിന്നിൽ നിന്ന് അവന്റെ വിരലുകളിൽ പിടിക്കും. തനിച്ചാവുമ്പോൾ പ്രശാന്ത് ആ വിരലുകൾ പകർന്ന ഗന്ധം ബാക്കിനിൽപ്പുണ്ടോ എന്ന് അറിയാൻ ശ്രമിക്കും. ഉവ്വ്. ചെമ്പകത്തിന്റെ മണമാണ് ഗംഗയുടെ വിരലുകൾക്ക്- അവൻ അവനോടുതന്നെ പറയും.

ഗംഗ ഒരു ചെമ്പകമാണെന്ന് പ്രശാന്ത് വിചാരിക്കുന്നത് രാജൻസാർ അറിയുന്നുണ്ടായിരുന്നോ? ഉണ്ടെങ്കിലും ഇല്ലെങ്കിലും അദ്ദേഹം മകളെയും അവനെയും സദാ നഗരത്തിലെ തിയേറ്ററുകളിൽ കൊണ്ടുപോയി വിദേശ ക്ലാസിക്കുകൾ കാണിച്ചു. ഒപ്പം ഹോളിവുഡ് സിനിമകളും.

"തിരക്കഥയാണ് സിനിമയുടെ ശക്തി. ഹോളിവുഡ് ഫിലിം മേക്കേഴ്സ് അതു വല്ലാതെ ശ്രദ്ധിക്കുന്നവരാ."

സിനിമ തീർന്നാൽ ബീച്ചിൽ അവരെ നടക്കാൻ കൊണ്ടുപോയി അദ്ദേഹം പറയും.

തിരക്കഥയുടെ ബാലപാഠങ്ങളടങ്ങിയ കുറേ പുസ്തകങ്ങൾ വരുത്തി അദ്ദേഹം ഒരിക്കൽ അവനു സമ്മാനിക്കുകയും ചെയ്തു. അവയെല്ലാം കമ്പോടു കമ്പ് വായിച്ചുതീർത്തതോടെ സിനിമയുടെയും തിരക്കഥ യുടെയും ലോകത്തിലേക്ക് പ്രശാന്ത് ആകർഷിക്കപ്പെട്ടിരുന്നു.

ഇതിനിടയിൽ അവൻ ഡിഗ്രി ക്ലാസിലെത്തിയിരുന്നു.

രാജൻ സാറിനു ബിസിനസ് സംബന്ധമായ ആവശ്യങ്ങൾക്ക് നഗര ത്തിൽ നിന്നു മാറിനിൽക്കാനാവാതെ വന്നപ്പോൾ കുടുംബം അങ്ങോട്ടു തന്നെ തിരിച്ചുപോയി. ഗംഗയും നഗരത്തിലെ കോളജിലാണ് ചേർന്നത്. എന്നാലും പുസ്തകം വാങ്ങാനും ഗംഗയെ കാണാനുമായി പ്രശാന്ത് ഇടയ്ക്ക് നഗരത്തിലേക്ക് ഇറങ്ങും.

ഗംഗ തന്നെ കാണുമ്പോൾ നിലാവ് പരക്കുംപോലെ ചിരിക്കുന്നത് അപൂർവമായെന്നു മെല്ലെ അവനു മനസ്സിലായിത്തുടങ്ങി. ആ വീട്ടിലെ ലൈബ്രറിയിൽ അവനെത്തിയാൽ, പോകുവോളം അടുത്തിരിക്കുന്ന ഗംഗ ഇപ്പോൾ എങ്ങോട്ടോ ഇറങ്ങിപ്പോവുകയാണ്. പുസ്തകയലമാരകൾക്കി ടയിൽ നിന്നു വിഷണ്ണതയോടെ അവനതു നോക്കിനിൽക്കും.

"ഞാൻ വരുന്നത് ഗംഗയ്ക്ക് ഇഷ്ടമല്ലെന്നുണ്ടോ?" എന്നൊരിക്കൽ പ്രശാന്ത് ചോദിച്ചതുമാണ്.

ആ വേള അവനെ ഒന്നു നോക്കി ഗംഗ പറഞ്ഞു. "നമ്മൾ മുതിരുക യല്ലേ പ്രശാന്ത്. മുതിരുമ്പോൾ നമ്മുടെ കാഴ്ചകൾ, രസങ്ങൾ- ഒക്കെ മാറില്ലേ? അതു സ്വാഭാവികമല്ലേ?"

ആ വാക്കുകളുടെ പൊരുൾ അവനു കിട്ടിയതേയില്ല. അതൊക്കെ അത്ര സ്വാഭാവികമാണോ എന്നുതന്നെ അവൻ അവനോട് ചോദിച്ചു.

രണ്ട്

അക്കാലത്തു പത്രങ്ങൾ സംസാരിച്ചുകൊണ്ടിരുന്ന വിക്ടർ തോമസ് എന്ന ക്രിക്കറ്റ് താരത്തിന്റെ ഫാനായിരുന്നു ഗംഗ. അയാളുടെ ഒരു കളിയും നഷ്ടപ്പെടുത്താൻ അവൾ തയ്യാറായിരുന്നില്ല. പഴയ ഗാവസ്കറുടെ സമചിത്തതയും പുതിയ സച്ചിന്റെ ആക്രമണോത്സുകതയും ഒരുപോലെ വിക്ടറിൽ ഉണ്ടെന്നു ഗംഗ പറയുമായിരുന്നു. രഞ്ജിട്രോഫിക്കുള്ള കേരളടീം ഉടനെ അയാളെയും ഉൾക്കൊള്ളുമെന്നും അവൾ പ്രവചിച്ചു.

ഒരിക്കൽ വിക്ടറിന്റെ കളി കാണാൻ നിർബന്ധിച്ചുകൊണ്ടുപോയി ഗംഗ ചോദിച്ചു. "ആം ഐ റൈറ്റ് പ്രശാന്ത്?"

അന്നു പ്രശാന്തിന്റെ കൺമുന്നിൽവെച്ച് അയാൾ സെഞ്ചുറിയടിച്ചു. ഒരു സിക്സർ പ്രശാന്തിന്റെ തലയ്ക്ക് മുകളിലൂടെ പറന്നുപോയി. ഗംഗ വിക്ടർ സ്ട്രൈക്ക് ചെയ്യുമ്പോൾ റണ്ണിനായി ഓടുന്ന റണ്ണറായി മൈതാനത്ത് നിൽക്കുകയാണെന്നും അവനുതോന്നി.

പിന്നെ നഗരത്തിലെ കോഫീഷോപ്പുകളിലും ബീച്ചിലും പ്രശാന്ത് ഗംഗയെയും വിക്ടറിനെയും ഒന്നിച്ചുകണ്ടു. അപ്പോഴെല്ലാം അവനു കടുത്ത അസൂയ തോന്നി- അത്രയും ആകാരസൗഷ്ഠവമുണ്ടായിരുന്നു വിക്ടറിന്. അയാളുടെ വസ്ത്രങ്ങളും വാച്ചുമെല്ലാം എത്രയോ വില പിടിച്ചതായിരുന്നു. അതുകൊണ്ടോ എന്തോ പ്രശാന്ത് അവർ കാണാതെ ഒളിച്ചുനിന്നു.

ഇടയ്ക്ക് ഗംഗ "വിക്ടറിന്റെ കളിയുണ്ട് നീ നഗരത്തിലേക്ക് വരൂ" എന്ന് പ്രശാന്തിനെ ക്ഷണിച്ചു. താൻ ഫുട്ബോളിന്റെ ആരാധകനാണെന്ന് പ്രശാന്ത് ഒഴിഞ്ഞു. റൊണാൾഡോയുടെ ചടുലതയും റോബർട്ടോ കാർലോസിന്റെ സെറ്റ്പീസുകളും ദുംഗയുടെ നിശ്ചയദാർഢ്യവും ഒക്കെ ടി.വിയിലാണെങ്കിലും കണ്ടിരിക്കുക ഒരു അനുഭവമാണ്- അവൻ വെറുതേ പിറുപിറുത്തു. പതുക്കെ പതുക്കെ അവൻ രാജൻ സാറിന്റെ വീട്ടിലെ ലൈബ്രറിയെ മറക്കാൻ ശ്രമിച്ചു. നഗരത്തിലേക്കുള്ള യാത്രകളും വിസ്മരിച്ചു.

വിക്ടർ ഒരിക്കൽ കേരളത്തിന്റെ രഞ്ജി ടീമിൽ ഇടംനേടി

പത്രത്താളിൽ ഇരുന്നു ചിരിച്ചു. അവൻ ആ താളിൽ നിന്ന് അടുത്ത താളിലേക്ക് വേഗം കടന്നുപോയി.

എന്നാലും അന്നു ഗംഗയെ വിളിച്ച് അവൻ പറഞ്ഞു. "വിക്ടർ ഇനിയും ഉയരങ്ങളിലെത്തട്ടെ."

"ഞാനും അങ്ങനെ വിചാരിക്കുന്നു പ്രശാന്ത്. ഒന്നോ രണ്ടോ സീസൺകൊണ്ട് ഇന്ത്യൻ ടെസ്റ്റ് ജഴ്സി- എന്തുകൊണ്ട് അങ്ങനെ സംഭ വിച്ചുകൂടാ." ഗംഗ ആവേശഭരിതയായി.

അപ്പോഴേക്കും പ്രശാന്ത് ഫോൺ വെച്ചിരുന്നു. അന്നുരാത്രി മുഴുവൻ അവൻ മുറിയിൽ കൂനിക്കൂടിയിരുന്നു. ഇടയ്ക്കിടെ മുറിയുടെ ജനാല തുളച്ച് സിക്സറുകൾ തന്റെ മേൽ വന്നുപതിക്കുന്നതും അവൻ കണ്ടു.

ആ സീസണിൽ എന്തോ വിക്ടർ അത്ര ശോഭിച്ചില്ല. പിന്നീട് അയാളെ പത്രങ്ങളിൽ തിരഞ്ഞപ്പോഴൊന്നും കണ്ടതുമില്ല. അതിനിടയിൽ ഗംഗയും മറ്റും മദ്രാസിലേക്ക് താമസം മാറ്റിയതായി ആരോ പറഞ്ഞ റിഞ്ഞു.

പോകുമ്പോൾ തന്നോട് യാത്രചോദിച്ചില്ലല്ലോ എന്നവനു മുറിഞ്ഞു. പിന്നെ ആ മുറിപ്പാട് മാത്രം ബാക്കിയാക്കി മാഞ്ഞു.

ഇപ്പോഴും ചെന്നൈയിൽ ചെല്ലുമ്പോൾ പ്രശാന്ത് അറിയാതെ പരതാറുണ്ട്- എതിരെ വരുന്ന ആ സ്ത്രീ, അതു പഴയ ഗംഗയാണോ?

ഗംഗ ഒരിക്കലും എതിരെ വന്നില്ല. ചെമ്പകഗന്ധം അവനെ പിന്നെ തൊട്ടില്ല.

നുങ്കംപാക്കത്തെ ലാൻഡ്മാർക്കിന്റെ എ.സി ഹാളിൽ പുസ്തക ങ്ങളല്ല പ്രശാന്ത് തിരയാറുള്ളത്- രാജൻ സാറിനെയാണ്.

ഇവിടെ നിന്നാണ് മകനുവേണ്ടിയെന്നപോലെ അദ്ദേഹം തനിക്കായി പുസ്തകങ്ങൾ തിരഞ്ഞുപിടിച്ചത്. അന്ന് എന്തായിരുന്നു അദ്ദേഹത്തിന്റെ മനസ്സിൽ? താൻ എഴുത്തുകാരനാവും എന്ന ഊഹമോ? അതിനപ്പുറമുള്ള ഒരു വാത്സല്യമോ? ആ വാത്സല്യം ഗംഗ അറിഞ്ഞിട്ടുണ്ടാകുമോ? എങ്കിൽ അവരതേക്കുറിച്ച് പരസ്പരം സംസാരിച്ചിട്ടുണ്ടാകുമോ? എന്തായിരിക്കും അവളപ്പോൾ മറുപടി പറഞ്ഞിരിക്കുക?

വീണ്ടും ഗംഗയെ ഒന്നു കാണാൻ ആദ്യം ഓർക്കൂട്ടിലും പിന്നെ ഫെയ്സ്ബുക്കിലുമൊക്കെ പ്രശാന്ത് കുറേ തിരഞ്ഞിട്ടുണ്ട്. കണ്ടുകിട്ടി യില്ല. അവിടെയും ചെമ്പകമണം അന്യം.

ഗംഗ താൻ തിരക്കഥ എഴുതിയ സിനിമകൾ കണ്ടിട്ടുണ്ടാകുമോ? അറിഞ്ഞുകൂടാ.

എന്നെങ്കിലും ഒരിക്കൽ അവളെ കാണുകയാണെങ്കിൽ പറയണം. "ആ ലൈബ്രറിയിൽ നിന്നാ തുടക്കം. രാജഗോപാൽ സാർ വാങ്ങിത്തന്ന പുസ്തകങ്ങളിൽ നിന്നാ വളർച്ച. അങ്ങനെ നോക്കിയാൽ ആ വീടാ ഞാൻ"

അതിലും അപ്പുറം ചിലതെല്ലാം ഗംഗയോട് ചോദിക്കാനില്ലേ?

പറയാനില്ലേ?

പറയാതെ പറയാനില്ലേ?

ഇപ്പോൾ ഈ സിനിമ തുടങ്ങുംമുമ്പ് പ്രശാന്ത് ഗംഗയെ ഓർത്തു. ഈ സിനിമയെങ്കിലും ഗംഗ കണ്ടിരുന്നെങ്കിൽ..... അതിനു കാരണവുമുണ്ട്. ഇതു തന്റെ ആദ്യ സംവിധാന ചിത്രമാണ്. തന്റെ മാത്രം ചിത്രം.

രാജൻ സാറിനെയും വെറുതേ ഒന്നു കാണണം. ആ കയ്യിൽ ഒന്നു പിടിക്കണം. അങ്ങനെ ഉള്ളിൽ ഒളിപ്പിച്ച കുറേ ആഗ്രഹങ്ങൾ കൂടി ഈ സിനിമയ്ക്ക് പിന്നിലുണ്ട്. അതോർത്ത് പ്രശാന്ത് വെറുതേ ചിരിച്ചു. ആ വേള താൻ വീണ്ടും ഗംഗയെ കാണുമെന്ന് മാത്രം അവനറിഞ്ഞില്ല.

പ്രശാന്ത്, പ്രകാശൻ, വിദ്യ, വിനോദ്, ജലജ- കോളജിൽ അവർ ഒരു ഗ്യാങ്ങായിരുന്നു.

പല ബാച്ചുകളിലായിരുന്നു അവർ. സിനിമയോടും സാഹിത്യത്തോടുമുള്ള കൗതുകം അവരെ ഒരേ മരച്ചുവട്ടിലും ഒരേ ഇടനാഴികളിലും ഒഴിഞ്ഞ ഒരേ ക്ലാസുമുറികളിലും എത്തിച്ചു.

ഇതിനിടയിൽ ഗംഗ എങ്ങോ മാഞ്ഞുപോകുന്നതും ഈ സൗഹൃദത്തെ മുറുകെ പിടിക്കാൻ പ്രശാന്തിനെ അബോധമായി പ്രേരിപ്പിച്ചിരുന്നു. ഗംഗയെ തീരെ അറിയാത്ത ജലജയ്ക്ക് പതുക്കെപതുക്കെ താമരനൂലുപോലെ ഒരു അടുപ്പം അവനോട് രൂപപ്പെടുന്നുണ്ടായിരുന്നു. ഒരിക്കൽ മാത്രം ഇരുവരും നിലവിട്ടു എന്നതൊഴിച്ചാൽ അതൊരു ആഴമുള്ള ബന്ധമായി എന്തോ പരിണമിച്ചില്ല. അതിനു ജലജയല്ല കാരണം. അല്ലെങ്കിൽ ആരും അതിനു കാരണമല്ല എന്നും പറയാം.

എന്തായാലും അക്കാലത്ത് അവരെല്ലാം കൂട്ടുകൂടി, ഒന്നിച്ച് സിനിമകൾ കണ്ടു, നാടകങ്ങൾക്ക് പോയി. ഉച്ചഭക്ഷണത്തിനു വീട്ടുകാർ നൽകുന്ന പണം പോലും ഇതിനെല്ലാം ചെലവഴിച്ചു.

ആരും പഠിക്കാനും മോശമായിരുന്നില്ല. അതുകൊണ്ട് രക്ഷിതാക്കളും അവരെ പ്രതി വേവലാതിപ്പെട്ടില്ല.

ഇടയ്ക്ക് പ്രശാന്ത് വിദ്യാർത്ഥി രാഷ്ട്രീയത്തിലും ഒന്നു കാൽവെച്ചു നോക്കിയിരുന്നു. താൻ പുറമേ നിന്നു കാണുന്ന ആദർശപരതയൊന്നും പ്രായോഗിക രാഷ്ട്രീയത്തിനില്ലെന്ന് അതിവേഗം അവൻ കണ്ടറിഞ്ഞു. ഒരു മരുഭൂമിൽ നിന്ന് ഓടിരക്ഷപ്പെടും പോലെ അവനവിടെ നിന്നു പിന്തിരിഞ്ഞോടി.

ഇതേക്കുറിച്ച് ജലജ പറയുന്നത് മറ്റൊന്നാണ്. "ഒക്കെ അവന്റെ ജാടയാ. രാഷ്ട്രീയത്തിലെ അടിയും വഴക്കും സംഘർഷവും ഒന്നും താങ്ങാൻ അവനു ത്രാണിയില്ല. അപ്പോ അവിടെ അതില്ല, ഇതില്ല എന്നു പറഞ്ഞു അവൻ സ്വയം രക്ഷപ്പെടുവാ."

“നീ പോടീ” എന്നാണ് ഇതിനു പ്രശാന്തിന്റെ പ്രതികരണമെങ്കിലും ഒറ്റയാവുമ്പോൾ അവനും ചോദിക്കാറുണ്ട് “സംഗതി ശരിയല്ലേ? തന്റെ ഉള്ളിൽ ഒരു ഭീരു പാത്തും പതുങ്ങിയും ഇരിപ്പില്ലേ?”

അങ്ങനെ കൊടി ഉപേക്ഷിച്ചതോടെ വീണ്ടും സിനിമ മാത്രമായി പ്രശാന്തിന്റെ കമ്പം. കൂട്ടുകാർ ആരുമില്ലെങ്കിലും തനിച്ചു സിനിമയ്ക്ക് പോയി. കണ്ട സിനിമകളുടെ അനുഭൂതിയിൽ ലയിച്ച് കടപ്പുറത്ത് ചെന്നിരുന്നു. അവനും അതിലെ കഥാപാത്രങ്ങളും ഒന്നിച്ചു കാറ്റുകൊണ്ടു. പ്രശാന്തിനു സിനിമയ്ക്ക് പോകാൻ കാശില്ലാത്തപ്പോഴെല്ലാം ജലജ പേഴ്സ് നീട്ടി. അതു തിരിച്ചുകൊടുത്തില്ലെങ്കിലും അവൾ പരാതി പറഞ്ഞില്ല. ശ്രീബാലയുടെ ചിത്രങ്ങൾ പലതവണ കാണുമ്പോൾ മാത്രം അവൾ തീയായി. “നിനക്കെന്താടാ ആ നടിയുമായി- ദിവ്യപ്രേമമോ?”

“എന്നു ഞാൻ പറഞ്ഞോ? എനിക്കവരുടെ അഭിനയം ആവർത്തിച്ചു കണ്ടാലും ബോറടിക്കില്ല. അത്രതന്നെ.”

“അതുപക്ഷേ എന്റെ ചെലവിൽ തന്നെ വേണോ?”

ആ വേള പ്രശാന്ത് പതിവുചിരി പുറത്തെടുക്കും.

കാമ്പസ് കാലം കഴിഞ്ഞപ്പോഴും പ്രശാന്ത് വായനയിലും സിനിമയിലുമായിരുന്നു. ഇതിനിടയിൽ കൂട്ടുകാരെല്ലാം ഓരോ ചില്ലകൾ ചേക്കേറാനായി കണ്ടെത്തിയിരുന്നു. ഇടയ്ക്ക് വാരികകൾക്കയക്കുന്ന കഥ മാത്രമായി പ്രശാന്തിന്റെ ജീവിതം. ചിലത് മാത്രം വെളിച്ചംകണ്ടു. ബാക്കിയുള്ളവയെ അവൻതന്നെ മറന്നു. അങ്ങനെ പ്രസിദ്ധീകരിക്കപ്പെട്ട ഒരു കഥ വായിച്ചാണ് ഒരു സംവിധായകൻ അവനെ വിളിക്കുന്നത്. “ഈ കഥയിൽ ഒരു സിനിമയുണ്ട്” അദ്ദേഹം പറഞ്ഞു. അതായിരുന്നു അവന്റെ ആദ്യ തിരക്കഥ.

ഒരുപക്ഷേ സിനിമയിലെ പ്രശാന്തിന്റെ ഇതുവരെയുള്ള ഏറ്റവും നല്ല അനുഭവവും ആ സിനിമയാണ്.

ആ കഥയുടെ ചർച്ചയ്ക്ക് ഇരുന്നപ്പോഴാണ് തനിക്ക് സിനിമയെക്കുറിച്ചും തിരക്കഥയെക്കുറിച്ചും കാര്യമായി ഒന്നും അറിയില്ലെന്നു പ്രശാന്തിന് മനസ്സിലാവുന്നത്. സംവിധായകൻ അവനോട് ക്ഷമ കാട്ടി. തിരക്കഥയുടെ ബാലപാഠങ്ങൾ വരെ ശാന്തതയോടെ പറഞ്ഞുകൊടുത്തു. വായിച്ചുപഠിച്ച തിരക്കഥാ രചനാ തന്ത്രങ്ങളേക്കാൾ പിൽക്കാലത്തും അവനു തുണയായത് അദ്ദേഹത്തിന്റെ ആ ‘ക്ലാസുകൾ’ തന്നെ.

ഇതിനിടയിലായിരുന്നു ജലജയുടെ വിവാഹം.

“ഈ സിനിമയോടെ നീ നിന്റെ ഇടം കണ്ടെത്തുമെന്ന് ഞാൻ വിചാരിക്കുന്നു” കയ്യിൽ ക്ഷണക്കത്തുമായി ജലജ പറഞ്ഞു.

പ്രശാന്ത് തലയാട്ടി.

“പിന്നെ കത്തുവെച്ചോളൂ. കല്യാണത്തിന് എത്തണമെന്ന് നിർബന്ധമില്ല.”

"എനിക്ക് മനസ്സിലാകും നിന്നെ."

"നിന്റെ സിനിമ വലിയ വിജയമാവട്ടെ."

"നിന്റെ ദാമ്പത്യവും."

"എനിക്ക് ഉറപ്പില്ല. എന്നാലും ഞാനതിനു തീവ്രമായി ആഗ്രഹിക്കുന്നു."

വിവാഹദിനത്തിൽ ജലജയിൽ ചിരിയുണ്ടായിരുന്നെന്ന് കൂട്ടുകാർ പറഞ്ഞറിഞ്ഞു. അത് ശരിക്കും ചിരിയായിരുന്നോ? പ്രശാന്തിനു ഉറപ്പു പോരാ.

ആ ചിത്രം വലിയ വിജയമൊന്നുമായില്ല. അതിന്റെ സംവിധായകൻ പിന്നീട് ഹിന്ദിയിൽ അവസരങ്ങൾ കിട്ടി പോയി. എന്നാലും ഇപ്പോഴും പ്രശാന്ത് ബന്ധപ്പെടാറുണ്ട്. സിനിമയിൽ അവന് തുണനിൽക്കുന്ന ഒരേ ഒരു ബന്ധം. ഈ ചിത്രം തുടങ്ങുമ്പോഴും പ്രശാന്ത് ആദ്യം വിളിച്ചത് അദ്ദേഹത്തെയാണ്.

"സ്വന്തം സ്വപ്നങ്ങളെ പിന്തുടർന്നില്ലെങ്കിൽ പിന്നെന്തു ജീവിതം. നമുക്കെല്ലാം ഒരേ ഒരു ജീവിതമല്ലേയുള്ളൂ. ധൈര്യമായി ചെയ്യൂ" അദ്ദേഹം പറഞ്ഞു.

പ്രശാന്ത് ആ വാക്കുകൾക്ക് നന്ദി പറഞ്ഞു.

ഇപ്പോൾ അദ്ദേഹം ഹിന്ദിയിൽ സൂപ്പർതാരങ്ങളുടെ ചിത്രങ്ങൾ ചെയ്യുകയാണ്. ജീവിതത്തെ ഇങ്ങനെ കാണുന്നതിന്റെ വിജയമാവാം.

നല്ലത്.

സന്തോഷം.

പ്രശാന്ത് തിരക്കഥ എഴുതിയ ആദ്യ ചിത്രം- അതത്ര വലിയ വിജയമായില്ലെങ്കിലും ഒരു എഴുത്തുകാരന്റെ സ്പർശം അതിലുണ്ടെന്ന് ചില പത്രങ്ങൾ പറഞ്ഞിരുന്നു. അതാവാം പിന്നീടും ചിത്രങ്ങൾ അയാളെ തേടി വന്നത്. അവയിൽ പലതും വിജയങ്ങളായിരുന്നു. കണക്ക് പുസ്തകം നോക്കിയാൽ പ്രശാന്ത് ഇപ്പോൾ സംതൃപ്തനാകേണ്ടതാണ്. എന്നാൽ യാഥാർത്ഥ്യം ക്രൂരമാംവിധം മറിച്ചാണ്.

അയാളുടെ പല സിനിമകളിലും അയാൾ ഉണ്ടായിരുന്നതേ ഇല്ല. അയാൾ പറയുന്ന കഥയിൽ നിന്നാവും തുടക്കം. ആ കഥയുടെ ചർച്ചയിൽ നിർമാതാവും സംവിധായകനും അവരുടെ അസംഖ്യം സുഹൃത്തുക്കളും താരങ്ങളും അവരുടെ സിൽബന്തികളും വരെ അവരുടേതായ 'സംഭാവനകൾ' നൽകും.

ചലച്ചിത്രരംഗത്ത് പേരുകേട്ട എഴുത്തുകാരല്ലാത്ത എല്ലാവരുടെയും തലയിലെഴുത്ത് ഇതാണ്. അന്യന്റെ ഗർഭംകൂടി ചുമക്കുക.

അങ്ങനെ, പറഞ്ഞ കഥയല്ലാത്ത മറ്റൊന്ന് തിരക്കഥയായിത്തീരും. ആ തിരക്കഥയ്ക്ക് നേരെയും ആക്രമണമുണ്ട്. അതു ലൊക്കേഷനിലാണ്. പല അഭിനേതാക്കളും രംഗങ്ങൾ മാറ്റിപണിയും. ഇംപ്രവൈസ് ചെയ്യുക എന്നതാണ് അതിന്റെ ചലച്ചിത്രവിശേഷണം. നട്ടെല്ലില്ലാത്ത സംവിധായകനാണെങ്കിൽ എഴുതപ്പെട്ട തിരക്കഥ സഹസംവിധായകരുടെ കയ്യിലുള്ള സ്ക്രിപ്ട് ബോക്സിൽ സുരക്ഷിതമായിരിക്കും. വാലും തുമ്പുമില്ലാത്ത പുതിയ തിരക്കഥ ഷൂട്ട് ചെയ്യപ്പെടും.

ഇത്തരം ഒരു അനുഭവത്തിനു മുന്നിൽ നിന്നപ്പോൾ പ്രശാന്ത് അപ്പോഴത്തെ തന്റെ സംവിധായകനോട് ചോദിച്ചിരുന്നു. "ഇതെന്തേ ഇങ്ങനെ?"

പ്രശാന്തിനെ സ്നേഹപൂർവം പിടിച്ച് അടുത്തിരുത്തി സംവിധായകൻ പറഞ്ഞു. "ബലാത്സംഗം ചെയ്യപ്പെടും എന്നുറപ്പായാൽ എന്താ ചെയ്യുക? നമ്മളത് ആസ്വദിക്കുകതന്നെ."

അന്ന് ആ ചിത്രം വലിയ ഹിറ്റായിരുന്നു. അഭിനന്ദനങ്ങളുടെ ഒരു പ്രവാഹത്തിൽ കുളിച്ചുനിൽക്കേ പോലും പ്രശാന്തിനു തന്നോട് അവജ്ഞ തോന്നി. ആളുകൾ പൂക്കൾ അർപ്പിക്കുന്നത് തന്റെ കഥയുടെ മൃതദേഹത്തിനു മുന്നിലാണെന്ന് അയാൾ വിചാരിച്ചു.

അയാളുടെ പല ഹിറ്റ് സിനിമകളുടെയും പിന്നാമ്പുറം ഇതേ കഥ തന്നെയാണ് പറയുന്നത്. അതുകൊണ്ടുതന്നെ ഓരോ ഹിറ്റുകൾക്ക് ശേഷവും അയാൾക്ക് തന്റെ കണ്ണാടിയിൽ നോക്കാൻ ഭയമായി. കണ്ണാടിയിലെ രൂപം തന്റേതല്ല, അത് മറ്റാരുടെയോ ആണ്- അയാൾ ആധിപ്പെട്ടു.

അയാളുടെ പല സിനിമകളുംകൊണ്ട് നിർമാതാക്കൾക്ക് ഗുണമുണ്ടായെങ്കിലും അയാൾക്കതും ലഭിച്ചില്ല. ആദ്യം ലഭിക്കുന്ന ഒരു ലക്ഷം രൂപയായിരിക്കും മിക്കപ്പോഴും അയാളുടെ ആകെ പ്രതിഫലം. പൊതുവേ ദുർബലനായ അയാൾ കഥാചർച്ചാ കാലത്ത് നിർമാതാവുമായി വല്ലാതെ അടുത്തിട്ടുണ്ടാകും. ആ സൗഹൃദത്തിന്റെ മറവിൽ ബാക്കി പ്രതിഫലം പിന്നെയാവട്ടെ എന്നു നിർമാതാവ് സ്നേഹപൂർവം പറയും.

തിരക്കഥ പൂർത്തിയാക്കി കയ്യിൽ കൊടുത്തുകഴിഞ്ഞാൽ പിന്നെ അയാളെ കണ്ടാലും കാണാതിരിക്കാൻ നിർമാതാവ് പഠിച്ചിരിക്കും. സംവിധായകൻ ഞാൻ ഇതിലൊന്നും കക്ഷിയല്ലെന്ന മട്ടിൽ ചിത്രീകരണത്തിന്റെ ബഹളത്തിലാവും. അങ്ങനെ എത്രയോ ചിത്രങ്ങളുടെ ലൊക്കേഷനിൽ ഒരനാഥനെ പോലെ അയാൾ നിന്നിട്ടുണ്ട്. ഒടുവിൽ കൂടുതലൊന്നും കിട്ടാതെ വീട്ടിലേക്ക് മടങ്ങിപ്പോയിട്ടുണ്ട്.

ഒരു വർഷം നീണ്ട പ്രയത്നത്തിന് അല്ല ആത്മനിന്ദയ്ക്ക് ഇതൊക്കെ തന്നെ ധാരാളം എന്ന് അയാൾ അപ്പോൾ മനസ്സിൽ പറയും.

എഴുത്തുകാരൻ ഇതിലുമേറെ അപമാനിക്കപ്പെടുന്ന സന്ദർഭവും സിനിമയിൽ ധാരാളം. ആദ്യത്തെ ചില ചിത്രങ്ങൾക്കൊക്കെ സ്വസ്ഥമായി എഴുതാൻ ഒരിടംവരെ പ്രശാന്തിന് നിഷേധിക്കപ്പെട്ടിട്ടുണ്ട്. പൂർണമാകാത്ത തിരക്കഥയുമായി ഒരു ചിത്രം തുടങ്ങേണ്ടിവന്നപ്പോഴാണ് ഏറ്റവും വലിയ ദുരിതമുണ്ടായത്. രാത്രി അയാൾ ഇരുന്ന് എഴുതുന്ന രംഗങ്ങളാണ് പിറ്റേന്ന് ചിത്രീകരിച്ചുകൊണ്ടിരുന്നത്.

ചിത്രത്തിന്റെ പ്രൊഡക്ഷൻ എക്സിക്യുട്ടീവ് വളരെ സീനിയറായിരുന്നു. അയാൾക്ക് നിർമാതാവ് എ.സി മുറി അനുവദിച്ചില്ല. തിരക്കഥാകൃത്തിന്റെ വിരൽതുമ്പിലാണ് ആ സന്ദർഭത്തിൽ ചിത്രം എന്നതുകൊണ്ടാവാം താരതമ്യേന പുതുമുഖം ആയിട്ടും പ്രശാന്തിന് എ.സി മുറി കിട്ടി. രാത്രി മുഴുവൻ കതകിൽ തട്ടിയും ലാന്റ് ഫോണിലേക്ക് മാറി മാറി വിളിച്ചുമാണ് പ്രൊഡക്ഷൻ എക്സിക്യൂട്ടീവ് തന്റെ കൊതിക്കെറുവ് തീർത്തത്. പിറ്റേന്ന് താനൊന്നുമറിഞ്ഞില്ല എന്ന മട്ടിൽ സൗഹൃദപൂർവം അയാൾ പുഞ്ചിരിക്കുമ്പോൾ പ്രതികരിക്കാനും പ്രശാന്തിന് ചങ്കുറ്റം ഉണ്ടായില്ല. പ്രതികരിക്കാൻ തുനിയുമ്പോഴൊക്കെ ഈ രംഗത്ത് തനിക്കൊരു കളങ്കമുണ്ടാവരുത് എന്ന ചിന്തയിൽ അയാൾ അറിയാതെ ചെന്നു കുരുങ്ങി.

ചിത്രം വലിയ വിജയമായാൽ അൻപതാം ദിനത്തിലും നൂറാം ദിനത്തിലും സാങ്കേതിക പ്രവർത്തകരുടെ ചിത്രങ്ങളുമായി പോസ്റ്ററുകൾ ഇറങ്ങും. സാങ്കേതിക പ്രവർത്തകർ പോസ്റ്ററാവുന്നത് അത്തരം സന്ദർഭങ്ങളിൽ മാത്രമാണ്. അത്തരം ചില പോസ്റ്ററുകളിലും പ്രശാന്തിന്റെ തല ഇല്ലാതിരുന്നിട്ടുണ്ട്. അതിൽ മാത്രം സങ്കടം തോന്നിയിട്ടില്ല. തന്റെ

കഥയുടെ തല നേരത്തേ വെട്ടിയിട്ടുണ്ട്. അതിൽ വലുതല്ലല്ലോ ഇതെന്ന് വിചാരിക്കും.

അയാൾ വളരെ നന്നായി എഴുതിയ ഒരു സിനിമ വളരെ മോശമായി ചിത്രീകരിക്കപ്പെട്ടിട്ടുമുണ്ട്. സംവിധായകൻ ലൊക്കേഷനിൽവെച്ച് കണ്ട വീട്ടമ്മയുമായി പ്രണയത്തിലായതാണ് കാരണം. അതോടെ മിക്ക സീനുകളുടെയും ലൊക്കേഷൻ ആ വീടായി. കഥയുമായി അതു പൊരുത്തപ്പെട്ടില്ല. ഷൂട്ടിംഗിനിടയിലും സംവിധായകൻ ആ വലിയ വീടിന്റെ അകത്തളത്തിലെവിടെയോ അപ്രത്യക്ഷനായി. പ്രശാന്തും നിർമാതാവും നിസ്സഹായനായി.

ആ സിനിമ പ്രശാന്ത് ഇതുവരെ കണ്ടിട്ടുമില്ല. "എന്റെ കഥയുടെ കബന്ധമാവാം, അതിൽ കിടക്കുന്നത്. എനിക്കത് കാണാൻ വയ്യ." അയാൾ വാശിപിടിച്ചു.

വിജയ ചിത്രങ്ങൾ അന്യഭാഷകളിലേക്ക് റീമേക്ക് ചെയ്യപ്പെടാറുണ്ട്. പ്രശാന്തിന്റെ ചിത്രങ്ങളും അന്യഭാഷയുടെ തിരശ്ശീലയിൽ നിറഞ്ഞിട്ടുണ്ട്. പക്ഷേ അയാൾ അവയെക്കുറിച്ച് പലപ്പോഴും അറിഞ്ഞത് ടി.വിയിൽ ചാനൽ മാറ്റുമ്പോൾ, അന്യഭാഷാ സ്ക്രീനുകളിൽ തന്റെ കഥാപാത്രങ്ങൾ തന്നെ നോക്കി ചിരിക്കുമ്പോഴാണ്.

താരങ്ങൾക്കും സംവിധായകർക്കും പ്രതിഫലം നൽകാൻ മടികാട്ടാത്ത സിനിമ, അതിന്റെ ഹേതുവായ എഴുത്തുകാരന്റെ മുന്നിൽ കൈമലർത്തുന്നു.

ഈ ചിത്രത്തിലെങ്കിലും ഉള്ള ചെറിയ പ്രതിഫലം കൃത്യമായി കിട്ടണമെന്ന് പ്രശാന്ത് തീവ്രമായി ആഗ്രഹിക്കുന്നുണ്ട്. സംവിധായകനെന്ന നിലയിൽ ആദ്യ ചിത്രമായതുകൊണ്ട് നിർമാതാവ് രാജൻ പോൾ നാമമാത്രമായ ഒരു തുകയാണ് വാഗ്ദാനം ചെയ്തത്. പ്രശാന്ത് എതിർത്തില്ല. അത് പൂർണമായി ലഭിച്ചാൽ മാത്രം മതി.

സിനിമയിൽ നിന്ന് കിട്ടിയ പണംകൊണ്ടും ബാക്കി ലോണെടുത്തും ഇഷ്ടികയും വെട്ടുകല്ലും ഒക്കെ ഉപയോഗിച്ച് ഒരു ചെറിയ വീടു പണിതിരുന്നു അയാൾ. ചെത്തിത്തേക്കാത്ത, ചെലവ് കുറഞ്ഞ ഒരു വീട്. അതിന്റെ ലോൺ അടവുകൾ എത്രയോ മാസങ്ങളായി കുടിശ്ശികയാണ്.

സിനിമയ്ക്ക് വേണ്ടിയുള്ള നിരന്തര യാത്രകൾക്ക് ഒരു കാറും സ്വന്തമാക്കിയിരുന്നു. അതും ലോൺകൊണ്ട്. ആ കാർ ഒരു കൂട്ടാണ് പ്രശാന്തിന്. അത് അയാളെ സർവ ഇടത്തും കൊണ്ടുപോയി. ഒരിക്കൽ പോലും വഴിയിൽ ഇട്ടില്ല. അപകടത്തിൽ തള്ളിയിട്ടില്ല. ചിലപ്പോഴൊക്കെ അത് രാത്രിയിൽ, വഴിയരികിൽ ഒരു വീടായി അയാളെ ഉറക്കുകയും ചെയ്തു. അതിന്റെ ലോൺ അടയ്ക്കാത്തതിനു രണ്ടുതവണ ഗുണ്ടകൾ

വീടിന്റെ പടി കടന്നുവന്നു. സിനിമക്കാരനായതുകൊണ്ടും പ്രശാന്തിനെ നാലാൾ അറിയുന്നത് കൊണ്ടും കൂടുതൽ അപമാനിച്ചില്ലെന്ന് മാത്രം.

ഇതിനെല്ലാം വീട്ടുകാരോട് സഹായം ചോദിക്കാം. ഇത്രയും സിനിമകൾ എഴുതിയ ഒരാൾ ഈ പ്രായത്തിൽ എങ്ങനെ വൃദ്ധരായ അച്ഛനമ്മമാരോട് കൈനീട്ടും? അവർക്ക് പണമുണ്ടെങ്കിൽ പോലും.

ഈ ചിത്രം തൽക്കാലം അത്തരം മുറിവുകൾക്കെല്ലാമുള്ള മരുന്നാണ്. പിന്നെ ആശ്വാസത്തോടെ വീടിന്റെ തണുപ്പിൽ ഉറങ്ങാം. ആ നീല സെൻ കാറിൽ എങ്ങോട്ട് വേണമെങ്കിലും പാഞ്ഞുപോകാം.

അതിനും അപ്പുറം തനിക്ക്, തന്റേതായ, ആരും പരിക്കേൽപ്പിക്കാത്ത ഒരു ചിത്രം ചെയ്യണമെന്ന മോഹത്തിന്റെ സാക്ഷാത്ക്കാരം കൂടിയാണ് ഇത്. അതുകൊണ്ടാണ് തിരക്കഥയിൽ അത്ര ഇടപെടലുകൾ നടത്താത്ത ഒരു നിർമാതാവിനെ കണ്ടെത്തിയത്. തുടക്കം മുതൽ ഒടുക്കം വരെ ഫ്രെയിമിൽ താൻ വേണമെന്ന് വാശിപിടിക്കുന്ന നടന്മാരെ ഉപയോഗിക്കാനാവാത്ത ഒരു കഥ മെനഞ്ഞെടുത്തത്. അതു സ്ത്രീകളുടെ കഥയാണ്. സ്ത്രീകൾക്ക്, കുടുംബങ്ങൾക്ക് ഇഷ്ടപ്പെടാവുന്ന നായികമാർക്ക് പ്രാധാന്യമുള്ള ചിത്രം.

അങ്ങനെ പറയുമ്പോഴും ക്ലൈമാക്സിനെക്കുറിച്ച് തനിക്ക് ഭയമുണ്ട്. കഥയുടെ അവസാനം രണ്ടു സ്ത്രീകളും തങ്ങളുടെ ഭർത്താക്കന്മാർക്ക് മറ്റൊരു മുഖമുണ്ടെന്ന് തിരിച്ചറിയുന്നുണ്ട്. ഒരാൾ ഭർത്താവിനെ തിരുത്തുന്നതിൽ വിജയിക്കുന്നു. മറ്റേയാൾ പരാജയപ്പെടുന്നു. അതോടെ അവൾ അയാളിൽ നിന്നു വിടുതൽ നേടുന്നു. കുടുംബവും കുട്ടികളുമാണ് വലുത് എന്ന് ലോകം പറയുമ്പോൾ എനിക്ക് ഞാനാവാനേ പറ്റൂ എന്ന് അവൾ കരയുന്നു.

അതിനോട് കാണികൾ എങ്ങനെയാണ് പ്രതികരിക്കുക?

കുടുംബത്തിന്റെ വിളക്കൊന്നുമല്ല താൻ എന്നൊരു സ്ത്രീ തുറന്നുപറയുകയാണ്. കുടുംബത്തെ തന്നെ അവൾ നിരാകരിക്കുകയാണ്. അത് ശരാശരി പ്രേക്ഷകരെ ഞെട്ടിക്കുമോ? അവർക്കതിനോട് പൊരുത്തപ്പെടാനാവുകയില്ലേ? പക്ഷേ ഈ കഥയിൽ ഇതാണ് ശരി. ഈ കഥാപാത്രത്തിന് അങ്ങനെയേ ചെയ്യാനാവൂ.

ശ്രീബാലയാണ് ഇതത്രയും ചെയ്യേണ്ടത്. അതുകൊണ്ടുതന്നെ അവരുടെ ഓരോ രംഗവും നിർണായകമാണ്. സൂക്ഷ്മമായി നോക്കി കഥാപാത്രത്തിനുണ്ടാവുന്ന പരിവർത്തനം തിരക്കഥയിൽ നിന്ന് അവർ വായിച്ചെടുക്കണം. തനിക്കതിന് അവരെ സഹായിക്കാനാവും. അത് തന്റെ ജോലിയുമാണ്. പക്ഷേ ആ പരിവർത്തനം കാണികളെ അനുഭവിപ്പിക്കുക, അത് അവരുടെ ജോലിയാണ്.

ചിത്രത്തിന്റെ ജയവും പരാജയവും നിർണയിക്കുക സ്വാഭാവികമായും ശ്രീബാലയുടെ പ്രകടനമാകുന്നു. പക്ഷേ അവരാണ് ഇപ്പോൾ

തനിക്ക് ഏറ്റവും വേവലാതി നീക്കിവെക്കുന്നത്? തന്റെ തിരഞ്ഞെടുപ്പ് പിഴച്ചോ?

പക്ഷേ അവരെ അല്ലാതെ മറ്റാരെയെങ്കിലും താനീ ചിത്രത്തിനു തിരഞ്ഞെടുക്കുമായിരുന്നോ?

ഇല്ല.

ഇല്ല. അതോർക്കവേ പ്രശാന്തിനു ചിരി വന്നു.

അയാൾക്ക് മാത്രം അറിയുന്ന ഒരു ചിരി.

മൂന്ന്

അന്നു നേരത്തേ ഷൂട്ട് അവസാനിച്ചിരുന്നു. ഒരേ കാറിലാണ് ശ്രീബാലയും സുചിത്രയും ഹോട്ടലിലേക്ക് മടങ്ങിയത്.

ശ്രീബാലയുടെ പല ടേയ്ക്കുകളിലും പ്രശാന്ത് അത്ര തൃപ്തനല്ലെന്ന് തോന്നി. അതുകൊണ്ടാവാം ഇന്ന് ഇത്തിരി നേരത്തേ പാക്കപ്പ് ചെയ്തത്.

"എന്തു പറ്റി ശ്രീബാലയ്ക്ക്?"

ഹോട്ടൽ കോറിഡോറിൽ നിന്നു തങ്ങളുടെ മുറികളിലേക്ക് പിരിയും മുമ്പ് സുചിത്ര ചോദിച്ചു.

ശ്രീബാല കുറേനേരം ഒന്നും മിണ്ടിയില്ല. പിന്നെ തിരിച്ചു ചോദിച്ചു. "നമുക്കിന്നു ഡിന്നർ ഒന്നിച്ചായാലോ?"

യൂണിറ്റ് ഫുഡിന്റെ കൂടെ ഹോട്ടലിൽ നിന്നു ചില ഡിഷസ് കൂടി അവർ ഓർഡർ ചെയ്തു.

"എനിക്കറിയാം ശ്രീബാല അത്ര സന്തോഷകരമായ ജീവിതത്തിൽ ഒന്നും അല്ലാന്ന്. പക്ഷേ ഇങ്ങനെ ഇടയ്ക്ക് ഡള്ളായാൽ അത് ഈ സിനിമയെ മാത്രമല്ല, ശ്രീബാലയുടെ കരിയറിനെയും ബാധിക്കും." ഭക്ഷണം കഴിക്കുന്നതിനിടയിൽ സുചിത്ര പറഞ്ഞു.

ഇങ്ങനെ ഒന്നും പറയാനുള്ള അടുപ്പം അവർക്ക് തന്നോടില്ല. എന്നാലും പറഞ്ഞതിൽ ശ്രീബാലയ്ക്ക് സന്തോഷം തോന്നി. ഈ കാലത്ത് ആരും ആരുടെയും കൈ പിടിക്കാറില്ലല്ലോ?

"ഞാൻ ശ്രദ്ധിക്കാം." ശ്രീബാല പറഞ്ഞു.

"ഞാനൊരു ബിയറിനു ഓർഡർ ചെയ്തോട്ടെ?" സുചിത്ര ചോദിച്ചു.

ഒറ്റയ്ക്ക് ബിയർ നുണഞ്ഞു തുടങ്ങിയപ്പോൾ സുചിത്ര ചിരിച്ചു.

"എനിക്കെന്തായാലും ശ്രീബാലയുടെ വറീസ് ഒന്നുമില്ല കേട്ടോ. എനിക്കൊരു വിവാഹത്തിന്റെ അസ്വാതന്ത്ര്യമില്ലല്ലോ?"

പിന്നെ ചോദിക്കാതെ തന്നെ അവർ അവരുടെ കഥ നിരത്തി.

"പഴയ കാലത്ത് സിനിമയിൽ എത്തിപ്പെട്ട മിക്ക പെൺകുട്ടികളുടെയും ആത്മകഥ തന്നെയാണ് എന്റേതും. വീട്ടിലെ വറുതി. അതിൽനിന്നു രക്ഷപ്പെടാൻ കണ്ട മാർഗമായിരുന്നു എനിക്കും സിനിമ."

ശ്രീബാല കേട്ടിരുന്നു.

"ഇന്നിപ്പോ ഒരു നടിക്ക് സിനിമയിൽ അഭിനയിച്ചില്ലെങ്കിലും ജീവിക്കാം. സീരിയലുകളിൽ തരക്കേടില്ലാത്ത പ്രതിഫലം ലഭിക്കുമല്ലോ. പിന്നെ ചില്ലറ ഷോപ്പ് ഉദ്ഘാടനങ്ങളും കലാപരിപാടികളും ഉണ്ടെങ്കിൽ ജീവിതം ഒരു പ്രതിബന്ധമല്ല. ശ്രീബാലയ്ക്ക് അറിയാമല്ലോ- നമ്മുടെ കാലത്ത് അതായിരുന്നില്ല ചിത്രം. ഒരു നടിയുടെ മുന്നിൽ മൂവി ക്യാമറ മാത്രമേ ഉണ്ടായിരുന്നുള്ളൂ- ഉപജീവനത്തിന്..... ശ്രീബാലയുടെ കഥ മറ്റൊന്നാണ്..... എനിക്കറിയാം.... പക്ഷേ ഞാൻ പല കൈകളിലൂടെ കടന്നുപോയാണ് സ്ക്രീനിൽ എത്തിയതുതന്നെ- അതു തന്നെ മിന്നി മറയുന്ന ആരും കാണാത്ത വേഷങ്ങളിൽ. അന്ന് ഓരോ സിനിമയും എനിക്ക് ഓരോ നിലവിളിയായിരുന്നു. പതുക്കെയാണ് ഇടത്തരം വേഷങ്ങൾ ലഭിച്ചത്. ശ്രീബാല രംഗം ഒഴിഞ്ഞ കാലത്ത് നായികയുമായി. ഇങ്ങനെ ഉപനായികയാവാനും നായികയാവാനും ഒക്കെ ഞാൻ എന്നെ നഷ്ടപ്പെടുത്തിയിട്ടുണ്ട്. അതുകൊണ്ട് എന്റെ വീടിന്റെ ദുരിതങ്ങൾ മാറി. ഞാൻ ഞാനറിയാത്ത ഒരാളായി മാറി. പക്ഷേ ഒന്നും സിനിമയുടെ കുറ്റമാണെന്ന് എനിക്ക് ആരോപിക്കാനാവില്ല. അതു സത്യമല്ല... ഒട്ടും സത്യമല്ല. ഇത് ഞാൻ തിരഞ്ഞെടുത്ത വഴിയാണ്..... ഞാൻ സ്വയം നടന്ന വഴി."

പിന്നെ അതെല്ലാം ഞൊടിയിടകൊണ്ട് ഓർത്തിട്ടെന്നപോലെ സുചിത്ര ബിയർ മഗ്ഗ് കാലിയാക്കി.

ശ്രീബാലയ്ക്ക് അവരെ മനസ്സിലാകുന്നുണ്ടായിരുന്നു.

"ഇതിനിടയിൽ എന്നെ വിവാഹം ചെയ്യാനും ചിലർ ആഗ്രഹിച്ചിരുന്നു. കൂടുതലും വെള്ളിത്തിരയിലെ എന്നെ സ്നേഹിച്ച സമ്പന്നരായ ചെറുപ്പക്കാർ. പാവങ്ങൾ അവർ സ്നേഹിച്ചതു എന്നെയല്ലല്ലോ എന്ന് പലരോടും ഞാൻ പറഞ്ഞു. അവർക്കത് മനസ്സിലായില്ലായിരിക്കാം. എന്തായാലും ഞാൻ വഴങ്ങിയില്ല. വഴങ്ങാൻ എനിക്കാകുമായിരുന്നില്ല. അതിൽ ദുഃഖവുമില്ല. ഇന്നിപ്പോൾ അത്യാവശ്യത്തിനു തോട്ടങ്ങളും സ്ഥലങ്ങളും ഉണ്ട്. അതിന്റെ വരുമാനവുമുണ്ട്. വീട്ടുകാരോ ബന്ധുക്കളോ ഒപ്പമില്ലെങ്കിലും എനിക്ക് പരിഭവമോ, സങ്കടമോ ഇല്ല. നാളെ സിനിമയില്ലെങ്കിലും ഉത്കണ്ഠയില്ല. ഞാനെന്റെ കാലിലാണ്. പിന്നെ പുറത്തുനിന്നു നോക്കുമ്പോൾ ഞാൻ തീർത്തും ഒറ്റയാണെന്നു മാത്രം..... പക്ഷേ അതിനും വഴി കണ്ടെത്തിയിട്ടുണ്ട്. എനിക്കിഷ്ടമുള്ളവരെ ഞാൻ ക്ഷണിക്കാറുണ്ട്- എന്റെ കിടപ്പറയിലേക്ക്. മിക്കപ്പോഴും തീരെ ചെറുപ്പക്കാരെ. പിന്നെ എന്റെ മുറി വിട്ടുപോകുമ്പോൾ നിർബന്ധമായും ഞാനവർക്ക് പണം നൽകും. സത്യമായും ശ്രീബാലാ, രതിയേക്കാൾ എനിക്ക് ലഹരി ആ നിമിഷമാണ്. അവർക്ക് പണം നൽകുന്ന ആ നിമിഷം."

അതോർത്തെന്നപോലെ സുചിത്ര കിതച്ചു.

ശ്രീബാല ഉള്ളുലഞ്ഞു അവരെത്തന്നെ നോക്കിയിരിക്കുകയായിരുന്നു. വെള്ളിത്തിരയിൽ നന്മനിറഞ്ഞ അമ്മയായും ചേച്ചിയായും ഭാര്യയായും സുചിത്ര ഇപ്പോൾ നിറഞ്ഞ് ആടുകയാണ്. അതെല്ലാം തന്നെത്തന്നെ പരിഹസിച്ചുകൊണ്ടായിരിക്കുമോ സുചിത്ര ചെയ്യുന്നത്. അവരുടെ ഓരോ വാക്കിലും അങ്ങനെ ഒരു ലഹരിയുണ്ട്.

സത്യത്തിൽ സിനിമയിൽ സിനിമയേ ഇല്ല. സിനിമയ്ക്ക് പിന്നിലാണ് യഥാർത്ഥ സിനിമ. സുചിത്ര അങ്ങനെ ഒരു സിനിമയാണ്.

"ഇത്തരം ഒരു ജീവിതം ശ്രീബാല അനുഭവിച്ചിട്ടില്ലല്ലോ. യൂ ആർ ഓൾവേയ്സ് കംഫർട്ടബിൾ... ഓൾവേയ്സ്." നാവിടറിക്കൊണ്ട് സുചിത്ര പിറുപിറുത്തു.

ആണോ? സുചിത്ര പറയുന്നത് ശരിയാണോ- അവർ പറയുംപോലെ താൻ ശരിക്കും കംഫർട്ടബിളാണോ?

ഇതൊക്കെയാണെങ്കിലും ഈ ജീവിതത്തിൽ സുചിത്ര വല്ലാത്തൊരു സ്വാതന്ത്ര്യബോധം അനുഭവിക്കുന്നില്ലേ? തനിക്ക് എന്നും അപരിചിതമായ സ്വാതന്ത്ര്യം.

സത്യത്തിൽ അതല്ലേ ജീവിതത്തിലെ ഏറ്റവും വലിയ ലഹരി, സാന്ത്വനം?

പുറത്ത് അലർച്ചയോടെ ഒരു മഴ ആരംഭിച്ചിരുന്നു.

ശ്രീബാല പൊടുന്നനെ ചെന്നു ഗ്ലാസ് ജനൽ സ്ലൈഡ് ചെയ്തു മാറ്റി, ആ പെരുമഴയിലേക്ക് നോക്കിനിന്നു. ഈ മഴയിലേക്ക് ഒന്നു ഇറങ്ങി ഓടണമെന്ന് അവർ വിചാരിച്ചു. ഇല്ല. താൻ മഴയിൽ നിന്നകലെയാണ്. മഴ നോക്കി നിൽക്കാനേ തനിക്കു പറ്റൂ.

"നിങ്ങൾ ഇപ്പോഴും വല്ലാതെ റൊമാന്റിക്കാ. മഴയൊന്നും ഞാൻ കാണാറു കൂടിയില്ല." സുചിത്ര ഒരു ബിയറിനു കൂടി ഓർഡർ ചെയ്യുന്നതിനിടയിൽ വിളിച്ചു പറഞ്ഞു.

ആ ബിയർ എത്തിയപ്പോൾ അതും വാങ്ങി സുചിത്ര തന്റെ മുറിയിലേക്ക് നടന്നു. അതിനു മുമ്പ് ഒന്നുകൂടി വിളിച്ചു പറഞ്ഞു.

"എന്തായാലും താൻ അഭിനയത്തിൽ ഒന്നുകൂടി കോൺസൻട്രേറ്റ് ചെയ്യ്..... ആ പയ്യൻ പ്രശാന്ത്..... ഹീ ഡിസർവ്ഡ് ബെറ്റർ പെർഫോമൻസ് ഫ്രം ബോത്ത് ഓഫ് അസ്. അറ്റ്ലീസ്റ്റ് ഹീ ഈസ് ഡിഫറന്റ്."

ശ്രീബാല പിടികിട്ടാതെ ഒഴിഞ്ഞ ഇടനാഴിയിലേക്കിറങ്ങിപ്പോകുന്ന സുചിത്രയെ നോക്കി.

"സത്യം. ഞാനിന്നലെ അവനെ കിടക്കയിലേക്ക് ക്ഷണിച്ചിരുന്നു. പക്ഷേ അവനെന്റെ വാതിലിൽ മുട്ടിയതേയില്ല."

ശേഷം സുചിത്ര ഒന്ന് ഉറക്കെ ചിരിച്ച് തന്റെ മുറിയിലേക്ക് കയറിപ്പോയി.

ശ്രീബാല മഴയിൽ ബാക്കിയായി. ആ മഴ മുഴുവൻ നനഞ്ഞു, കുതിർന്നു നടക്കുന്ന ഒരാളാണ് സുചിത്ര എന്ന് എന്തിനോ ശ്രീബാലയ്ക്ക് തോന്നുകയും ചെയ്തു.

അടുത്ത ദിവസങ്ങളിൽ ശ്രീബാലയ്ക്ക് അധികം റീ-ടേക്ക് വേണ്ടിവന്നില്ല. ശ്രീബാല ശ്രീബാലയെ വീണ്ടെടുക്കാൻ ശ്രമിച്ചുകൊണ്ടിരുന്നു. തന്നേക്കാൾ എത്രയോ മോശം ജീവിത സാഹചര്യങ്ങളിലൂടെ കടന്നുവന്നവർപോലും സിനിമയോട് ആത്മാർപ്പണം കാട്ടുന്നു. അതുകൊണ്ടു താനും തന്നോട് നീതിചെയ്യണം എന്നവർ വിചാരിച്ചു- അതിൽ ഒരളവോളം ശ്രീബാല വിജയിക്കുകയും ചെയ്തു.

സൗഹൃദത്തിന്റെ നിറവിൽ സുനന്ദയും ആൻമരിയയും ഭർത്താക്കന്മാരും കുട്ടികളും അറിയാതെ ഒരു വിനോദയാത്ര പോകുന്നതാണ് പ്രശാന്ത് ചിത്രീകരിച്ചുകൊണ്ടിരുന്നത്.

“ബന്ധങ്ങളുടെ വരിഞ്ഞുകെട്ടലില്ലാതെ, മുഴുവൻ സമയ ഗൃഹനായികയുടെ സേവന സന്നദ്ധതയില്ലാതെ വെറും സ്ത്രീകളായാണ് അവർ യാത്ര ചെയ്യുന്നത്. യാത്രയ്ക്കിടയിൽ ഇരുവരും കുട്ടികളാവണം, കൗമാരക്കാരാവണം യുവാക്കളാവണം.” പ്രശാന്ത് ആദ്യമേ പറഞ്ഞു.

ശ്രീബാല വിചാരിച്ചു- ഇതുതന്നെ ഉദ്ദേശിച്ചാണോ പ്രശാന്ത് സംസാരിക്കുന്നത്? പ്രായത്തിനപ്പുറമുള്ള വാർധക്യം തന്റെ ചലനങ്ങളിലുണ്ടോ? മനസ്സിലുണ്ടോ? അതെല്ലാം എല്ലാവരും തിരിച്ചറിയുകയാണോ?

ഇടയ്ക്ക് സൗകര്യത്തിനു കിട്ടിയപ്പോൾ ശ്രീബാല ഒരു അസ്ത്രം എയ്യുകയും ചെയ്തു.

“ഈ കല്ലേറ് എന്നെമാത്രം ലക്ഷ്യമിട്ടാവണം അല്ലേ?”

പ്രശാന്ത് അപ്പോഴും വെറുതേ ചിരിക്കുക മാത്രം ചെയ്തു.

ആ യാത്ര വെറും ചിത്രീകരണമായിരുന്നിട്ടും ശ്രീബാലയും സുചിത്രയും നന്നായി ആസ്വദിച്ചു. അവർ ശരിക്കും സുനന്ദയും ആൻമരിയയുമായി.

“വല്ലപ്പോഴുമാ ഒരു സിനിമ സിനിമയല്ലാന്നു തോന്നുന്നത്” സുചിത്ര ദീർഘശ്വാസമുതിർത്തു.

“ശരിയാണ്, ആൻമരിയാ.”

അതുകേട്ട് സുചിത്ര ഉറക്കെ പൊട്ടിച്ചിരിച്ചു.

യാത്രയ്ക്കിടയിൽ ഒരു മറുനാടൻ നഗരത്തിൽവെച്ച് ഇരുവരും ബാറിൽ കയറുന്ന രംഗമുണ്ട്. ബാർ കാണാൻ കൊതിക്കുന്ന സ്ത്രീത്വം- അവർ അവിടെ കയറിച്ചെന്നു ഒരു രസത്തിനുവേണ്ടി മാത്രം ബിയർ കഴിക്കുന്നു. ഒടുവിൽ അതിന്റെ ലഹരിയിൽ അടിയുണ്ടാക്കുന്നു. ഒടുവിൽ ഓടിരക്ഷപ്പെടുന്നു, പൊലീസ് പിടിയിലാകുന്നു.

ശ്രീബാലയ്ക്ക് പ്രശാന്തിനോട് വെറുതേ ഒരു സ്നേഹം തോന്നി- താനും ഒരിക്കലെങ്കിലും ഒരു ബാറിനകം കാണണമെന്ന് ആഗ്രഹി ച്ചിട്ടില്ലേ? ഒരു സാധാരണ സ്ത്രീ അല്ലാതിരുന്നിട്ടും തനിക്കതിനു കഴി ഞ്ഞില്ലല്ലോ. നന്ദനോട് അങ്ങനെ ഒരു ആഗ്രഹം ഉണ്ടെന്നു പറയാൻ പോലും മടിയായിരുന്നല്ലോ.

പ്രശാന്തിന് ആർക്കുമില്ലാത്ത കണ്ണുകളുണ്ട്. സന്തോഷം.

"ഈ സീൻ തകർത്തിട്ടുണ്ട് കേട്ടോ." സീൻ തീർന്നപ്പോൾ പ്രശാന്ത് പറഞ്ഞു.

"ഇങ്ങനെ ഇടയ്ക്കിടെ അഭിനന്ദനങ്ങളുണ്ടായാൽ ഇനിയും തകർത്തേക്കാം."

"ട്രൈ ചെയ്യാം. പിന്നെ ഇങ്ങനെ ഒരു ഫാന്റസി ശ്രീബാലയുടെ ഉള്ളിലും ഉണ്ടായിരുന്നോ?"

"അതെങ്ങനെ, കണ്ടുപിടിച്ചു?"

"സീനിൽ കഴിക്കാൻ തന്നതു നിറംചേർത്ത സോഡയാ. ബിയറല്ല. എന്നിട്ടും മോണിറ്ററിൽ നിന്നു നോക്ക്യപ്പോ തോന്ന്യത് ബിയർ തന്നെ കഴിച്ചൂന്നാ. അത്രയ്ക്ക് എൻജോയ് ചെയ്യുകാന്നു മനസ്സിലായി."

ശ്രീബാല ഉള്ളിൽ നോക്കി ചിരിച്ചു- നല്ല സന്തോഷത്തോടെ.

അന്നു സുചിത്ര പറഞ്ഞു. "ഞാൻ തന്നെ പ്രോത്സാഹിപ്പിച്ച് വടി കൊടുത്തു അടി വാങ്ങിയത് പോലായി. സീനിൽ താനെന്നെ തിന്നു കളഞ്ഞു. മുഴുവൻ ചിരിയും കാണികൾ തനിക്കാണ് തരിക."

ശ്രീബാലയുടെ ഉള്ളിൽ അഭിമാനത്തിന്റെ ഒരു കുഞ്ഞു നീർച്ചാ ലൊഴുകി. ഒപ്പം വലിയ ആശ്വാസവും. ഒന്നുമില്ലെങ്കിൽ താൻ അഭിനയം ഏറെയൊന്നും മറന്നിട്ടില്ലല്ലോ?

ഒരിക്കലും അഭിനയിക്കാൻ മോഹിച്ച ആളല്ല ശ്രീബാല. പഠിക്കാൻ മിടുക്കിയായിരുന്നു. അതിസമ്പന്നരായ അച്ഛനമ്മമാരുടെ ഏക മകൾ. അമ്മ നർത്തകിയാവാൻ ആഗ്രഹിച്ചിരുന്നു. അതുകൊണ്ടാവാം കുഞ്ഞിലേ മകളുടെ കാലിൽ അവർ ചിലങ്കയണിയിച്ചത്. നൃത്തവേദി കളിൽ നിന്നാണ് സ്കൂൾകാലം കഴിയുംമുമ്പേ ശ്രീബാല വെള്ളിത്തിര യിലെത്തിയത്- ആദ്യ ചിത്രത്തിൽ തന്നെ നായിക.

ഭർത്താവിനും കാമുകനും ഇടയിൽ ഞെരിയുന്ന വീട്ടമ്മയായിരുന്നു അന്ന് ശ്രീബാല. അവളിലെ പതിനഞ്ചുകാരിക്ക് അതിലെ സംഭാഷണ ങ്ങൾ കൃത്യമായി മനസ്സിലായതു പോലുമില്ല. യൂണിറ്റ് അംഗങ്ങൾ ആർക്ക് ലൈറ്റുകൾ അവളുടെ നേർക്ക് തെളിച്ചപ്പോൾ അവിടെ നിന്നു സ്കൂളിലേക്ക് ഓടിപ്പോകാനായെങ്കിൽ എന്നവൾ മോഹിച്ചു. സ്കൂളിനു പിൻവശത്തെ പേരമരത്തിൽ കയറാനും അതിൽ ഒറ്റക്കയ്യിൽ തൂങ്ങാനും തോട്ടിൽ ചൂണ്ടയിടാനും കിട്ടുന്ന മീനിനെ വീട്ടുകിണറ്റിൽ ഇറക്കിവിടാനും ഉള്ളിൽ നിലവിളിച്ചു.

പിന്നീടും അതൊക്കെ അവൾക്ക് ചെയ്യാനായി. യൂണിറ്റംഗങ്ങളുടെ സഹായത്തോടെ ക്യാമറയുടെ മുന്നിലാണെന്ന് മാത്രം. ചൂണ്ടയിൽ മീൻ കൊരുത്തിട്ടശേഷം അത് വലിച്ചുകയറ്റുമ്പോൾ മീൻപിടുത്തത്തിനു എന്തു രസം? ഫയർഫോഴ്സ് യൂണിറ്റ് ആക്ഷൻ പറയുമ്പോൾ തുടങ്ങുകയും കട്ട് പറയുമ്പോൾ അവസാനിപ്പിക്കുകയും ചെയ്യുന്ന മഴ നനയാൻ എന്തു രസം? അപ്പോഴെല്ലാം അവളുടെ ഹൃദയം അവളെ പറിച്ചെടുത്തു യഥാർത്ഥ മഴയിലേക്ക് കൊണ്ടുപോയി.

ആ സ്വപ്നത്തിൽ നിന്നു ഞെട്ടി ഉണരുമ്പോഴൊക്കെ അവൾ അച്ഛനമ്മമാരോടും സംവിധായകരോടും കലഹിച്ചു- എനിക്കീ ചിത്രത്തിന്റെ കഥ ഇഷ്ടമായില്ല.... എനിക്കീ കോസ്റ്റ്യൂം ഇടാൻ വയ്യ- അങ്ങനെ എന്തെങ്കിലും അവൾ അപ്പോൾ വിളിച്ചുപറഞ്ഞു.

അതിനെല്ലാം സാക്ഷ്യംവഹിച്ച ഇൻഡസ്ട്രി അടക്കം പറയുകയും ചെയ്തു- ആ നടിക്ക് മാനസികത്തകരാറുകളുണ്ട്. ഒന്നുകിൽ ഡിപ്രഷൻ..... അല്ലെങ്കിൽ ബൈപോളാർ ഡിസോഡർ.... ഉന്മാദരോഗം.

അല്ലെങ്കിൽ തന്നെ എല്ലാ നടികളും ഇത്തിരി ഉന്മാദരോഗികളല്ലേ? അതില്ലെങ്കിൽ എങ്ങനെയാണ് അവർ ഇത്രയും ആളുകളുടെ മുന്നിൽവെച്ച് കൊഞ്ചുകയും കുഴയുകയും ചെയ്യുന്നത്.

നടന്മാർക്ക് ഈ ചോദ്യം ബാധകമല്ലേ എന്ന് അവൾക്ക് ചോദിക്കാനായില്ല. അതിനുള്ള പ്രായംപോലും അവളുടെ തലച്ചോറിനില്ലായിരുന്നു.

അതിനിടയിലും പത്രങ്ങളെല്ലാം ഒന്നിച്ചു വാഴ്ത്തി- അഭിനയിക്കാൻ വേണ്ടി ജനിച്ച സ്ത്രീജന്മം. അതുകൊണ്ട് പത്രക്കാരെ കണ്ടപ്പോഴെല്ലാം അവൾ പൊട്ടിത്തെറിച്ചു. “ഞാനൊരു സ്ത്രീ പോലുമല്ല.... പെൺകുട്ടിയാ..... An ordinary girl....”

അവരവളെ കാര്യമാക്കിയതേ ഇല്ല. ദേഷ്യത്തിന്റെ തീകൊണ്ട് അവൾ കയ്യിൽ കിട്ടിയതെല്ലാം അവർക്ക് നേരെ വലിച്ചെറിഞ്ഞു. ശേഷം മുറിയിൽ ഓടിക്കയറി, കതകടച്ചിരുന്നു ഓർത്തു- തന്റെ സഹപാഠികൾ ഇപ്പോൾ ക്ലാസുമുറിയിൽ നിന്നു ടീച്ചർമാർ കാണാതെ ഐസ് ഫ്രൂട്ട് വാങ്ങാൻ ഇടവഴിയിലേക്കോടുകയായിരിക്കും. ആ ഐസ്ഫ്രൂട്ടിന്റെ മധുരം നാവിലൊന്നു കിനിഞ്ഞിരുന്നെങ്കിൽ....

ഇല്ല. ഒരു മധുരവും അവളുടെ ഹൃദയത്തെ തൊട്ടില്ല.

ഓരോ സിനിമ കഴിയുംതോറും ശ്രീബാലയുടെ പ്രതിഫലം ഏറി. അച്ഛനും അമ്മയും ഒരു ചില്ലിക്കാശുപോലും എടുക്കാതെ അത് അവളുടെ അക്കൗണ്ടിൽ തന്നെ നിക്ഷേപിച്ചു. എന്നിട്ടും അവൾക്ക് സന്തോഷമൊന്നും അനുഭവിക്കാനായില്ല.

ഇടയ്ക്ക് അവൾക്ക് ഏതോ അവാർഡ് ലഭിച്ചപ്പോൾ പഴയ സ്കൂളിൽ സ്വീകരണമുണ്ടായിരുന്നു.

അധ്യാപകരുടെയും പഴയ കൂട്ടുകാരുടെയും മുഖത്തേക്ക് കുറേ നേരം മൗനമായി നോക്കിനിന്നശേഷം ശ്രീബാല പറഞ്ഞു. “ഈ ക്ലാസ്

മുറിയാണ്, ഈ സ്കൂൾ മുറ്റമാണ് എനിക്ക് അവാർഡിനേക്കാൾ വില പിടിച്ച സമ്മാനം. പക്ഷേ അതിപ്പോൾ എന്നിൽ നിന്ന് എങ്ങോ എടുത്തു മാറ്റപ്പെട്ടിരിക്കുന്നല്ലോ?"

അന്ന് അധ്യാപകർ പറഞ്ഞു. "മോളേ, അങ്ങനെ കരുതല്ലേ. നീ എത്തിപ്പിടിച്ച ആകാശം സ്വന്തമാക്കാനാണ് ഇവിടെ എല്ലാവരും ആശിക്കുന്നത്. അപ്പോൾ താഴേക്ക് നോക്കരുതേ."

അവൾക്കു കരച്ചിൽ വന്നു.

പിന്നീടും കാക്കത്തൊള്ളായിരം വേഷങ്ങൾ- ഭാര്യ, കാമുകി, വെപ്പാട്ടി, ഒറ്റുകാരി, വേശ്യ....

അവൾക്ക് ചിരി വരും- ഇതൊക്കെ ആരാണ്? ആരെയും തനിക്ക് പരിചയമില്ലല്ലോ. എന്നിട്ടും താൻ അവരാകുമ്പോൾ ഓരോന്നും ഗംഭീരം എന്നു എല്ലാവരും പറയുന്നല്ലോ?

അങ്ങനെ അങ്ങനെ അവൾ അതേക്കുറിച്ചൊന്നും ഓർക്കാതെയായി. അച്ഛനും അമ്മയും നയിക്കുന്ന ലൊക്കേഷനിലേക്ക് യാത്ര. അവിടെ മേക്കപ്പ്മാന്റെ മുന്നിൽ മുഖം നൽകി. കോസ്റ്റ്യൂമറുടെ മുന്നിൽ ശരീരം മേക്കപ്പിനായി നൽകി, തിരക്കഥാകൃത്തിന് കാതു നൽകി അവൾ ക്യാമറയ്ക്ക് മുന്നിലേക്ക് നടന്നുചെന്നു. പിന്നെ സംവിധായകനെയും ശ്രവിച്ച് ആവുന്നത്ര നന്നായി....

കാരണം താനൊരു നേർച്ചക്കോഴിയാണെന്നും നേർച്ചക്കോഴിക്ക് സ്വന്തം ജീവിതത്തിൽ വലിയ അവകാശങ്ങളൊന്നുമില്ലെന്നും അവൾ അവളോട് തന്നെ പറഞ്ഞിരുന്നു. എന്നിട്ടും തനിച്ചായപ്പോൾ അവളുടെ കണ്ണാടിയിലെ അവൾ, പുഴപോലെ കരഞ്ഞു. സ്വന്തം തലമുടി പിച്ചിപ്പറിച്ചു.

ഇതിനിടയിലും പത്താം ക്ലാസിലെ പരീക്ഷ, സകല തിരക്കുകൾക്കിടയിൽ നിന്നും നൂണ്ടുപോയി അവളെഴുതി.

പരീക്ഷാഹാളിലേക്ക് അവൾ ഓടിക്കയറുമ്പോൾ പിറകിൽ നിന്നു കൂട്ടുകാരികൾ ആശങ്കയോടെ വിളിച്ചു ചോദിച്ചു. "നീ ജയിക്കുമോ ശ്രീ."

ജയിക്കുമെന്നോ, ഇല്ലെന്നോ പറയാൻ അവൾക്ക് കഴിഞ്ഞില്ല. സ്കൂളിനു പുറത്ത് കാറ്റ് അലഞ്ഞുനടക്കുന്നത് ഇടയ്ക്കിടെ നോക്കിക്കൊണ്ട്, അവൾ ഉത്തരക്കടലാസുകളിൽ തനിക്കറിയാവുന്നതത്രയും നിരത്തി. അറിയാത്ത ഉത്തരങ്ങൾ ഊഹിച്ചെഴുതുമ്പോൾ അവൾക്ക് ലോകത്തോടുതന്നെ വാശിതോന്നി.

എന്നിട്ടും നല്ല മാർക്കുണ്ടായിരുന്നു ശ്രീബാലയ്ക്ക്. അവൾ ആ മാർക്ക്ലിസ്റ്റ് കാണിക്കാത്ത ആളുകളില്ല. "നോക്കൂ. എനിക്ക് കൈനിറയെ മാർക്കാ."

അവർ നിർത്താതെ ചിരിച്ചുകൊണ്ടിരുന്നു.

ശേഷം പ്രീ-ഡിഗ്രി ക്ലാസിലേക്ക്. എത്ര ദിവസം ആ ക്ലാസിൽ ചെന്നിരിക്കാൻ ആയെന്ന് അവൾക്ക് തിട്ടമില്ല. കോളജ് മുഴുവൻ നടന്നുകാണാൻ

പോലുമായില്ല എന്നോർക്കുന്നു. അവിടുത്തെ മരത്തണലുകളോട് എന്തെന്നില്ലാത്ത പ്രണയം തന്നെ തോന്നിയിരുന്നു. എന്നാലും ആ 'തണലിൽ വാടി നിൽക്കുന്നോളാ'കാൻ ശ്രീബാലയ്ക്കായില്ല.

അവസാനമായി കോളജിൽ പോയദിവസം മാത്രം ഒരു വ്രണമായി അവളിലുണ്ട്.

കോളജ് യൂണിയൻ ഉദ്ഘാടനത്തിന് അവരുടെ ക്ലാസ് ഗാനമേള അവതരിപ്പിക്കുന്നുണ്ടായിരുന്നു. ഗായിക അല്ലാതിരുന്നിട്ടും "ഒരു പാട്ടു പാടാമോ" എന്ന് കൂട്ടുകാർ അവളോട് ചോദിച്ചു. സെലിബ്രിറ്റിയായയതാവാം കാരണം.

"ഒരു പാട്ട് പാടാത്ത കഴുതയുണ്ടോ" എന്നായി അവൾ.

അങ്ങനെ ഒരു തമാശയുടെ മറയിട്ടെങ്കിലും വീട്ടിലിരുന്നു അവൾ പാട്ടുകേട്ടു, പഠിച്ചു, പരിശീലിച്ചു. റിഹേഴ്സലിന്റെ ഭാഗമായി സ്വന്തം ക്ലാസിന്റെ മുന്നിൽ ആ പാട്ടൊന്നു പാടാൻ നിൽക്കുമ്പോഴാണ് അവിടേക്ക് അച്ഛനും അമ്മയും ഇരച്ചുകയറി വരുന്നത്.

നിനച്ചിരിക്കാതെ അവൾ ഒരു ചിത്രത്തിൽ കൂടി നായികയായി. ആ ചിത്രത്തിന്റെ നായിക പൊടുന്നനെ പിന്മാറിയതാണ് കാരണം. ഷൂട്ട് ബാംഗ്ലൂരിൽ. അപ്പോൾ ചെന്നാൽ വിമാനം പിടിക്കാം.

"എനിക്കീ പാട്ട് പാടണം." ശ്രീബാല അപേക്ഷിച്ചു.

"അതാണോ സിനിമയാണോ വലുത്." അച്ഛനമ്മമാർ ചോദിച്ചു.

പിന്നെ ആ സിനിമ ചെയ്താൽ അവളുടെ കരയറിനുണ്ടാവുന്ന ഗുണം, ചിത്രത്തിന്റെ സംവിധായകന്റെ പ്രതിഭ- ഒക്കെ അവർ വിശദീകരിച്ചു.

"പക്ഷേ എനിക്കീ പാട്ട് പാടണം." അവൾ പിന്നെയും അറിയാതെ പറഞ്ഞുപോയി.

"വിമാനം നമുക്ക് വേണ്ടി കാത്തുനിൽക്കില്ല."

അങ്ങനെ ക്ലാസിനു നടുവിലെ പ്ലാറ്റ്ഫോമിൽ നിന്നു ശ്രീബാല മെല്ലെ ഇറങ്ങി, കാറിൽക്കയറി.

യാത്ര പറയാൻ പിന്നാലെ ചെന്ന കൂട്ടുകാരികളെ അവൾ തിരിഞ്ഞു നോക്കിയില്ല.

ഏഴു സുന്ദര രാത്രികൾ, ഏകാന്ത സുന്ദര രാത്രികൾ, വിവാഹപൂർവ രാത്രികൾ.... എന്നുതുടങ്ങുന്ന ആ പഴയഗാനമാണ് അന്ന് അവൾ പാടാൻ ഒരുങ്ങിയിരുന്നത്. അതിന്റെ വരികളും ഈണവും അന്നാ ദിവസത്തോടെ അവളുടെ ഉള്ളിൽ മരിച്ചുപോയി.

പിന്നീടവൾ മെല്ലെ പാട്ടുകേൾക്കാൻ തന്നെ മറന്നു. ഒരു മൂളിപ്പാട്ടു പോലും പാടൻ കഴിയാത്തവളുമായി. സിനിമയിൽ ഗാനരംഗങ്ങളിൽ അഭിനയിക്കുമ്പോൾ പോലും പാട്ട് അവൾ കേട്ടില്ല. ചുണ്ടുകൾ മാത്രം

പ്രയാസത്തോടെ ചലിച്ചു. ചിലപ്പോഴെല്ലാം അത്തരം രംഗങ്ങളിൽ അഭിനയിച്ചു കഴിഞ്ഞ് അവൾ നിർത്താതെ ഛർദ്ദിച്ചു. കുടൽ മറിയുന്ന ഛർദ്ദി.

അതിനുശേഷം സിനിമയിൽ നിന്ന് അവധി കിട്ടിയാലും അവൾക്ക് കോളജിൽ പോകാൻ തോന്നിയില്ല. കോളജ് എന്നു വിചാരിക്കുമ്പോഴേ പൊള്ളിപ്പോകുന്ന ഒരുതരം തണുപ്പ് അവളിൽ നിറയും.

അത്തരം ഒരു ദിനത്തിലാണ് നന്ദൻ അവതരിക്കുന്നത്.

അന്ന് ആ ലൊക്കേഷനിൽ അവളല്ലാതെ ആരും നന്ദനെ കണ്ടിരുന്നില്ല. അവളുടെ മങ്ങിയ കണ്ണുകൾ മാത്രം നന്ദനെ തിരഞ്ഞുപിടിച്ചു. അന്നു താൻ നന്ദനെ കണ്ടില്ലായിരുന്നെങ്കിലോ?

അല്ലെങ്കിൽ അങ്ങനെ കരുതുന്നതിൽ അർത്ഥമുണ്ടോ? സംഭവിക്കാനുള്ളതു മാത്രം സംഭവിക്കുന്നു.

അങ്ങനെ ഒരു തത്ത്വശാസ്ത്രം മനസ്സിലിട്ടു മുറുക്കേ ശ്രീബാലയുടെ മൊബൈൽ ഫോൺ ശബ്ദിച്ചു. അതിന്റെ സ്ക്രീനിൽ നന്ദന്റെ പേര് തെളിഞ്ഞു.

നാല്

പ്രകാശൻ, വിദ്യ, വിനോദ്, ജലജ- അവർ നാലുപേരും ഒന്നിച്ചാണ് ലൊക്കേഷനിൽ വന്നത്- പ്രശാന്തിനെ കാണാൻ.

പ്രശാന്ത് ഇങ്ങനെ ഒരു ഓഫ്ബീറ്റ് സിനിമ എടുക്കുന്നതിന് പ്രകാശൻ തീർത്തും എതിരായിരുന്നു. സിനിമ വിനോദോപാധിയാണ്. മാത്രമല്ല ഈ സിനിമ പ്രശാന്തിന്റെ മാർക്കറ്റ് ഇടിക്കും. പിന്നീട് സിനിമയിൽ അവസരങ്ങൾ കുറയും- അതൊക്കെയാണ് പ്രകാശന്റെ ഭയം.

പ്രകാശൻ ഇപ്പോൾ നല്ല തിരക്കുള്ള ഡോക്ടറാണ്. വിദ്യ ഹൈസ്കൂൾ ടീച്ചർ. അവൾ പ്രകാശനെ തന്നെ വിവാഹം ചെയ്തു. പ്രകാശന് അങ്ങനെ തന്നെ വരണം എന്ന് കൂട്ടുകാർ പരിഹസിക്കാറുണ്ട്. എന്നാൽ വിദ്യക്ക് എല്ലായിടത്തും വിദ്യയുടേതായ ഇടം അനുവദിച്ചാണ് പ്രകാശൻ ജീവിക്കുന്നത്. വിദ്യയും അങ്ങനെ തന്നെ. കാമ്പസ് കാലത്ത് എത്ര തീവ്രമായ സൗഹൃദമാണോ അവർക്കിടയിലുണ്ടായിരുന്നത് അതു രണ്ടു കുട്ടികളായിട്ടും അങ്ങനെ തന്നെ അവർ സൂക്ഷിക്കുന്നു.

വിനോദ് ബിസിനസ്സുകാരൻ. ജലജ ഒരു കോളജിൽ ലക്ചററാണ്.

വിദ്യയും വിനോദും ജലജയും പ്രശാന്തിന് ഒപ്പമാണ്- നീ മനസ്സിലുള്ള സിനിമ ചെയ്യുക. ഒരാൾ ജീവിക്കുന്നത് മറ്റുള്ളവരുടെ കണ്ണിലല്ല, സ്വന്തം ഹൃദയത്തിലാണ്. ആ ഹൃദയമാണ് അയാളുടെ ആകാശവും ഭൂമിയും. അവിടെ അയാൾക്ക് സ്വയം മതിപ്പു തോന്നുന്നില്ലെങ്കിൽ പിന്നെ എന്തു സ്വന്തമാക്കിയിട്ടെന്തു കാര്യം? അവർ പ്രകാശിനോട് തർക്കിച്ചു.

"അതു പോട്ടെ. എങ്ങനെയുണ്ടെടാ വർക്ക്"

പ്രകാശൻ ചോദിച്ചു.

"ആദ്യം ഒന്നും നേരെ അല്ലല്ലോ എന്നു ഭയന്നു. ഇപ്പോ അങ്ങനെയല്ല."

"പക്ഷേ നീ നന്നായി മെലിഞ്ഞു." വിദ്യ കണ്ടെത്തി.

"എഴുത്ത് പോലല്ലല്ലോ. സംവിധാനം ഫിസിക്കലായ അധ്വാനവും ആവശ്യപ്പെടുന്നുണ്ടല്ലോ."

"എന്നാലും നിനക്ക് ഉത്സാഹമുണ്ട്. പണ്ട് ക്ലാസ് കട്ട് ചെയ്തു തിയേറ്ററിലേക്ക് ഓടുമ്പോഴുള്ള വെപ്രാളവും തിരിച്ചു കിട്ടിയിരിക്കയാ."

ജലജ കൃത്യമായി നിരീക്ഷിച്ചു.

"ജലജ ഇപ്പോഴും പഴയ ദിവസങ്ങളിലാ." പ്രകാശൻ ചിരിച്ചു.

"ആയിരിക്കാം" എന്നു ജലജ തല കുലുക്കി.

"എന്തായാലും ഈ വർക്ക് നന്നാവട്ടെ. നമുക്കിവനെ സദാ ആ പഴയ വെപ്രാളത്തിൽ കാണുന്നതല്ലേ രസം." വിനോദ് പറഞ്ഞു.

കൂട്ടുകാരുടെ ആശ്വാസവചനങ്ങളും പ്രോത്സാഹനശ്രമങ്ങളും കണ്ടിരിക്കെ പ്രശാന്ത് ഓർത്തത് ഇങ്ങനെ ഒരു ചിത്രമൊരുക്കാൻ തനിക്ക് എന്തുമാത്രം യത്നിക്കേണ്ടിവന്നു എന്നാണ്. അതിവർക്ക് അത്ര മനസ്സിലാവുകയുമില്ല.

ഒരു സാധാരണ കച്ചവടചിത്രമല്ലാത്തതുകൊണ്ടുതന്നെ ഒരു നിർമാതാവും കഥ കേൾക്കാൻ പോലും തയ്യാറായില്ല. ചിത്രത്തിന്റെ സ്വഭാവം പറയുമ്പോഴേ അറിയിക്കും. "പ്രശാന്തിനെ ഞാൻ അങ്ങോട്ട് വിളിച്ചോളാം. സൗകര്യമായി നമുക്ക് കഥ കേൾക്കാം."

ആ വിളിയും സൗകര്യവും ഒരിക്കലും ഉണ്ടാവില്ല എന്ന് അപ്പോഴേ അറിയാം. അങ്ങനെ രണ്ടു വർഷം അലഞ്ഞിട്ടാണ് ഒരു നിർമാതാവിനെ എല്ലാം ബോധ്യപ്പെടുത്താനായത്. ആ രണ്ടുവർഷം തിരക്കഥ പോയിട്ട് ഒരു ചെറുകഥ പോലും എഴുതാനായില്ല. ജീവിതം അതോടെ കടംപറച്ചിലായി മാറിപ്പോയിരുന്നു. കൈനീട്ടലായി മാറിപ്പോയിരുന്നു.

നിർമാതാക്കൾക്ക് മാത്രമല്ല, എല്ലാവർക്കും നായകപ്രധാനമായ ചിത്രം മതി. അത്തരമൊരു സിനിമയ്ക്ക് ടെലിവിഷൻ ചാനലുകൾ നൽകുന്ന സാറ്റലൈറ്റ് റൈറ്റ്സ് തുക വലുതായിരിക്കും. പിന്നെ ഇന്ത്യൻ വീഡിയോ റൈറ്റ്സ്, ഓവർസീസ് റൈറ്റ്സ് ഇതൊക്കെ ചേർത്താൽ നിർമാണ തുകയേക്കാൾ കൂടുതൽ ആദ്യമേ കിട്ടും. അതായത് ചിത്രമിറങ്ങുംമുമ്പേ ലാഭം. അപ്പോൾ തിയേറ്ററിൽ പടം തകർന്നാലും നിർമാതാവ് സുരക്ഷിതനാണ്.

എന്നാൽ നടികൾക്ക് ഒരു ടെലിവിഷൻ ചാനലിലും സാറ്റലൈറ്റ് റൈറ്റ്സ് മൂല്യമില്ല.

ഒരിക്കൽ തിളങ്ങിനിന്ന താരമായിരുന്നിട്ടും ശ്രീബാല നായികയായ ഈ ചിത്രത്തിന് ഇതുവരെ ചാനലുകൾ വിലപറഞ്ഞിട്ടില്ല.

"അതിന്റെ ടെൻഷനുണ്ട് ഇപ്പോൾ. ഷൂട്ട് തുടങ്ങുമ്പോഴേക്കും ഏതെങ്കിലും ചാനൽ മുന്നോട്ടു വരും എന്നായിരുന്നു പ്രതീക്ഷ."

"വറീഡാവണ്ട. തിയേറ്ററിൽ ചിത്രം നന്നായി കളക്ട് ചെയ്യും– ഒരു പക്ഷേ മുടക്കുമുതലിന്റെ മൂന്നു നാലിരട്ടി." ജലജ പറഞ്ഞു.

"പക്ഷേ അതിനു ചിത്രം തിയേറ്ററിലെത്തണ്ടേ." പ്രശാന്ത് ചോദിച്ചു.

“അതിനു മുപ്പത് ലക്ഷം രൂപയെങ്കിലും കൂടുതൽ വേണം. പബ്ലിസിറ്റിക്കും ക്യൂബിലും യു.എഫ്ഓവിലും ചിത്രം അപ്ലോഡ് ചെയ്യാനുമുള്ള ചെലവ്. അത്രയും തുക എന്റെ നിർമാതാവിന്റെ പക്കലില്ല എന്നാണ് തോന്നുന്നത്.”

“ഇതാണ് ഇവിടെ സിനിമ നായകന് ചുറ്റും മാത്രം കറങ്ങുന്നത് അല്ലേ?” ജലജ പറഞ്ഞു.

മൂലധനത്തിന്റെ രാഷ്ട്രീയം അതിന്റെ വിശ്വരൂപം കാട്ടുന്ന ഇടമാണ് സിനിമ. മൂലധനം സിനിമയെ കൃത്യമായി പുരുഷകേന്ദ്രീകൃതമായിതന്നെ നിർത്തുന്നു.

ഈ ചെറിയ ചിത്രത്തിലൂടെ താൻ അതിനെ അതിജീവിക്കാൻ കൂടി ശ്രമിക്കുകയാണ്.

പ്രശാന്ത് ചെന്നുകണ്ട എല്ലാ നിർമാതാക്കളും ചോദിച്ചത് ഈ കഥ മറിച്ചിട്ടുകൂടേ, വിവാഹിതരായ രണ്ട് പുരുഷന്മാർ ഭാര്യമാരുടെ കണ്ണുവെട്ടിച്ച് കോളജ് കാലത്തെ സൗഹൃദം വീണ്ടെടുക്കുന്നതും അടിച്ചുപൊളിക്കുന്നതും ആക്കിക്കൂടേ സിനിമ എന്നാണ്. അതിൽ എന്താണ് പുതുമ എന്ന മറുചോദ്യത്തിനു ഭർത്താക്കന്മാർ ഭാര്യയെ ഭയക്കുന്ന ഭീരുക്കളാക്കാം. അപ്പോൾ മുഴുനീള കോമഡി കിട്ടും എന്നാണ് മറുപടി.

ഒരു കഥയിൽ കഥാപാത്രങ്ങളും സംഭവങ്ങളും മാത്രം പോരാ. ഒരു വിഷയം കൂടി ഉണ്ടാവണമെന്നാണ് പ്രശാന്തിന്റെ ശാഠ്യം. ആ വിഷയമാണ് കഥയുടെ നട്ടെല്ല്. അതില്ലാതെ കുറേ ചിരിക്കാനുള്ള രംഗങ്ങൾ മാത്രമാണ് സിനിമയെങ്കിൽ അതിനെ സ്കിറ്റ് എന്നു വിളിക്കുന്നതാണ് ഉചിതം എന്നാണ് പ്രശാന്ത് വാദിക്കാറുള്ളത്.

പറയാൻ ശ്രമിച്ച കഥയുടെ കടകവിരുദ്ധമായ ചിന്ത സിനിമയാക്കാനാണ് ഓരോ നിർമാതാവും വാശിപിടിച്ചത്. അല്ലെങ്കിൽ തങ്ങൾക്ക് ചിത്രം മാർക്കറ്റ് ചെയ്യാനാവില്ല എന്നവർ നിസ്സഹായരായി. പ്രശാന്ത് അതിന് ചെവി കൊടുത്തില്ലെന്നു മാത്രം.

പ്രശാന്തിന്റെ സഹോദരങ്ങളെല്ലാം ഏതാണ്ട് നല്ല നിലയിലാണ്. - നല്ല തസ്തികകളിൽ, സർക്കാർ ജോലികളിൽ സുരക്ഷിതരായി...

അച്ഛനമ്മമാർ മൂത്ത ഏട്ടൻ അരവിന്ദന്റെ കൂടെയാണ്. തറവാടിരുന്ന പഴയ നാട്ടിൻപുറത്ത് തനിച്ചാണ് പ്രശാന്തിന്റെ ജീവിതം. വീട്ടുകാർക്കാർക്കും അവന്റെ വഴികളോട് യോജിപ്പേ ഇല്ല. “സിനിമയേ റിസ്ക്. അതിനിടയിലാണ് അവന്റെ ഓഫ്ബീറ്റ്” അരവിന്ദേട്ടൻ ചൂടാവും.

“വിഡ്ഢിത്തങ്ങളും യുക്തിരാഹിത്യങ്ങളും കീറച്ചാക്കിലെന്നപോലെ കുത്തിനിറച്ച സിനിമകൾ മാത്രമല്ല വിജയിക്കുക. അല്ലാത്ത സിനിമകളും പച്ചതൊട്ടിട്ടുണ്ട്. ആളുകളെ ആകർഷിച്ചിട്ടുണ്ട്. മലയാളിക്ക് അങ്ങനെയും ഒരു പാരമ്പര്യമുണ്ട്. ഇന്ത്യൻ സിനിമ മലയാളത്തിലേക്ക് ഉറ്റുനോക്കിയ കാലം- എൺപതുകൾ... അതൊന്നും ഒരാളും സൗകര്യപൂർവം മറക്കരുത്.” പ്രശാന്ത് തിരിച്ചടിക്കും.

"എൺപതുകളിലെ തലമുറയ്ക്ക് ജരാനര ബാധിച്ചു. പലരും ജീവിത പ്രാരാബ്ധങ്ങൾക്കിടയിൽ ഒരു പാട്ടുകൂടി കേൾക്കാൻ കഴിയാത്ത വരായി. മാതൃഭൂമി ആഴ്ചപ്പതിപ്പ് പോലും കൈകൊണ്ട് തൊട്ടിട്ടില്ലാത്ത ഒരു തലമുറയാ ഇപ്പോൾ തിയേറ്ററിൽ ഇടിച്ചു കയറുന്നത്. അതു കാണാ ത്തതാ നിന്റെ വിഡ്ഢിത്തം." അരവിന്ദേട്ടനും ഒട്ടും വിട്ടുകൊടുക്കാറില്ല.

"അരവിന്ദേട്ടൻ പോലും ഇങ്ങനെ വാദിക്കുമ്പോൾ രാജൻപോളിനെ പോലൊരു നിർമാതാവ് ഇങ്ങനെ ഒരു ചിത്രം എടുക്കാൻ തുനിഞ്ഞത് വിസ്മയമാണ്." എല്ലാം ഓർത്ത് ജലജ പറഞ്ഞു.

"എന്തായാലും നന്നായി ചെയ്യെടാ. ഞങ്ങളൊക്കെ കൂടെയുണ്ട്." പ്രകാശൻ പ്രശാന്തിന്റെ തോളിൽ പിടിച്ചു.

"പഠനകാലത്ത് ഒന്നിച്ച് ഒരു മരച്ചുവട്ടിലിരിക്കുന്ന അതേ അനുഭവം പ്രശാന്തിനെ തൊട്ടു. അന്ന് വീശിയ അതേ കാറ്റ് ദാ ഇപ്പോൾ അതു പോലെതന്നെ തഴുകി കടന്നുപോകുന്നു.

പോകുമ്പോൾ ജലജ മെല്ലെ ചോദിച്ചു." "ഇടയ്ക്ക് നിനക്ക് എന്നെ ഒന്നു വിളിച്ചൂടെ?"

പ്രശാന്തിന് അതിനൊരു ഉത്തരമുണ്ടായില്ല. അവളെ എന്നല്ല ആരെയും വിളിക്കാൻ മിക്കപ്പോഴും പ്രശാന്തിന് തോന്നാറില്ല.

എന്നാലും ജലജ അവനെ കാണുമ്പോഴെല്ലാം അറിയാതെ സംസാ രിക്കും. തന്റെ ജീവിതം അവൾ പൂർണമായി അഴിച്ചിടാറുള്ളത് അവന്റെ മുൻപിൽ മാത്രമാണ്.

ഒരു സ്റ്റഡി ടൂറിനിടയിൽ ഇണചേരലിനു തൊട്ടടുത്തുവരെ എത്തിയ പ്രശാന്തിനെ തള്ളിമാറ്റിയ അവൾ, പിന്നീടങ്ങോട്ട് അവനെ മോഹിച്ചി രുന്നോ?

അറിഞ്ഞുകൂടാ. എന്തോ അവൾ അവളുടെ സ്വകാര്യങ്ങൾ അവ നോട് മാത്രം പറയുന്നു.

"എല്ലാ ദാമ്പത്യത്തിന്റെയും കഥ തന്നെയാണ് എന്റേതും. ജോലി ചെയ്യുന്നു, സമ്പാദിക്കുന്നു. കുറേ നാളായി രതിയിൽ ഏർപ്പെട്ടില്ലല്ലോ, അതുകൊണ്ട് മറ്റേയാൾ എന്തു വിചാരിക്കും എന്നോർത്ത് അതിലും ഏർപ്പെടുന്നു. ഉജ്വലമായിരുന്നു അത് എന്ന് ശേഷം ഭാവിക്കുന്നു."

അതുകേട്ട് പ്രശാന്തിന് ചിരി വരാറുണ്ട്.

അപ്പോൾ അവൾ ഒന്നുകൂടി പറയും. "എടാ ആർക്കാനും വേണ്ടി ഓക്കാനിക്കുന്ന രതിയുണ്ടല്ലോ- അതിലും ഭേദം ബലാത്സംഗാ."

പ്രശാന്ത് മറുത്തൊന്നും പറയാറില്ല. എന്നാലും അവന് സംശയം തോന്നാറുണ്ട്- ജീവിതം ഏതു വിസ്തൃതിയുടെ മരുഭൂവിൽ കൊണ്ടു നിർത്തിയാലും കൗമാരത്തിലെ പ്രണയങ്ങൾ, ബന്ധങ്ങൾ മായുകയില്ലേ? അതിന്റെ അവക്ഷിപ്തം ഹൃദയത്തിൽ ഇത്തിരി അടിഞ്ഞു കിടക്കുമോ? ജലജയും ഇതെല്ലാം തന്നോട് പറയുന്നത് അതുകൊണ്ടാണോ?

ഒരിക്കൽ ശ്രീബാലയുടെ ചിത്രങ്ങൾ ആവർത്തിച്ചു കണ്ടിരുന്ന തന്നോട് "ആൺ പിള്ളാർക്ക് ഹീറോസിനോടാ വർഷിപ്പ് തോന്നുക. നിനക്കിത് എന്തിന്റെ പ്രാന്താടാ" എന്നു ചോദിച്ചിരുന്ന ആ പഴയ ജലജയോട് ഇപ്പോഴവന് സ്നേഹം തോന്നി. ഒന്നിനുമല്ലാത്ത സ്നേഹം.

അതുകണ്ടതുപോലെ ജലജ പറഞ്ഞു.

"നിന്നോടെനിക്കുള്ളത് പഴയ പ്രണയവും മണ്ണാങ്കട്ടയുമൊന്നുമല്ല. ഒരുപക്ഷേ അതിനപ്പുറം ചിലതെല്ലാം....."

പ്രശാന്ത് അപ്പോൾ അവളെ നോക്കിയതുപോലുമില്ല.

ജലജയ്ക്ക് അവന്റെ ആ നിസ്സംഗത മനസ്സിലാവാതിരുന്നില്ല. ഇടയ്ക്ക് അവൾ പ്രശാന്തിന്റെ കണ്ണിൽ ഗാഢമായി നോക്കി ചോദിക്കാറുണ്ട്.

"നിനക്കിപ്പോൾ ഞാൻ നമ്മുടെ സംഘത്തിലൊരാൾ മാത്രമാണ് അല്ലേ?"

അതിനും പ്രശാന്ത് മറുപടി പറയാറില്ല.

പിന്നെ ജലജ കരുതുകയോ, ഊഹിക്കുകയോ ചെയ്യുംപോലെ എത്രയോ കാലമായി താനൊരു മനുഷ്യനല്ല.

ഒരുപക്ഷേ ആഗ്രഹിക്കുംപോലെ ഒരു സൃഷ്ടിയുണ്ടായാൽ പടിയിറങ്ങിപ്പോയ വസന്തം തനിക്ക് തിരിച്ചുകിട്ടുമായിരിക്കും. താനിത്തിരി മനുഷ്യനാവുമായിരിക്കും. പച്ച മനുഷ്യൻ. എല്ലാ സുഗന്ധങ്ങളും അറിയാൻ കൗതുകമുള്ള പച്ച മനുഷ്യൻ. ഒരാൾക്ക് ശരിക്കും ജീവിക്കാനാവുക, അയാൾ ആഗ്രഹിക്കുന്ന പൂർണതയുടെ അരികിലെങ്കിലും എത്തിപ്പെടുമ്പോഴായിരിക്കും. താനെങ്ങും എത്തിയിട്ടില്ല.

ജലജ പിന്നെയും പ്രശാന്തിന്റെ കണ്ണുകളിലേക്ക് തറച്ചുനോക്കി. അവനതു കണ്ടതായി ഭാവിച്ചതേയില്ല. അതോടെ അവളും പിന്തിരിഞ്ഞു നടന്നു.

"രാത്രി താൻ എന്റെ മുറിയിലേക്ക് ഒന്നു വരാമോ?" സുഹൃത്തുക്കളെല്ലാം കടന്നുപോയപ്പോൾ രാജൻപോൾ പ്രശാന്തിനോട് വിളിച്ചു ചോദിച്ചു. ഗൗരവമായി എന്തോ പറയാൻ രാജൻ ഒരുങ്ങുകയാണോ?- പ്രശാന്ത് സംശയിച്ചു.

അടുത്ത ദിവസം നന്ദകുമാർ ഒന്നുകൂടി ശ്രീബാലയെ വിളിച്ചു. ആ കോൾ എടുക്കണോ വേണ്ടയോ എന്ന് ശ്രീബാല പലവട്ടം ആലോചിച്ചു. അതിനിടയിൽ മെല്ലെ ഫോൺ നിശ്ശബ്ദമായി.

നന്ദകുമാർ ഇന്ന് തിരക്ക് മാത്രമുള്ള നായക നടനാണ്. കൈനിറയെ ചിത്രങ്ങൾ, ഉദ്ഘാടനങ്ങൾ, കോർപറേറ്റ് കമ്പനികളുടെ പോലും പരസ്യങ്ങൾ, പോരാത്തതിന് വിദേശ കലാപരിപാടികൾ. അയാളുടെ ഓരോ സെക്കന്റിനും വൻ വിലയാണ്.

ഈ ഓട്ടപ്പാച്ചിലിനിടയിലാവാം അയാളുടെ മുന്നിൽ നിന്നു ശ്രീബാല മാഞ്ഞുപോയത്. ശ്രീബാലയ്ക്കും തോന്നാറുണ്ട്- നന്ദനിൽ നിന്നു താൻ മാഞ്ഞതുപോലെ ഇപ്പോൾ തന്നിൽ നിന്നു നന്ദനും മായുകയാണ്.

വീണ്ടും തിരശ്ശീലയുടെ ഭാഗമാകാനുള്ള തീരുമാനം അവൾ എടുത്തത് നന്ദനോട് ചോദിച്ചിട്ടല്ല. ചോദിക്കേണ്ടേ എന്ന ചോദ്യംപോലും അവളിലുണ്ടായില്ല. ഒരു ചെടി തളിർനീട്ടുംപോലെ അവളറിയാതെ ആ തീരുമാനം ഉണ്ടാവുകയായിരുന്നു.

വിദേശത്തുനിന്നു നന്ദൻ ഒന്നുകൂടി വിളിക്കുന്നത് അതേക്കുറിച്ച് പിന്നെയും സംസാരിക്കാനാവാം. വഴക്കും ബഹളവും ഉണ്ടാക്കാനിടയില്ല. ഒരിക്കലും കറുക്കാത്ത മാനമാണ് അയാൾ. അപ്പോൾ പിന്നെ ഒരു മിന്നലോ ഇടിമുഴക്കമോ പ്രതീക്ഷിക്കുക വയ്യ.

ചിലപ്പോഴെല്ലാം ശ്രീബാല വിചാരിക്കാറുണ്ട്- ഇത്തിരി ക്ഷോഭത്തോടെ നന്ദൻ തന്നോട് സംസാരിച്ചിരുന്നെങ്കിൽ. ശാസനയുടെ മുനയോടെയും പെരുമാറിയിരുന്നെങ്കിൽ. അപ്പോൾ താനും തിരിച്ച് ബഹളം വെക്കുമായിരിക്കും. ആ യുദ്ധത്തിന്റെ അവസാനം ഒരു ശാന്തതയുണ്ടാകുമല്ലോ- ആ ശാന്തതയിൽ തങ്ങൾ പരസ്പരം നോക്കുമായിരിക്കാം. തൊടുമായിരിക്കാം. അറിയുമായിരിക്കാം.

പല സ്ത്രീകളും പുരുഷൻ ഇങ്ങനെ അധികാരപൂർവം തങ്ങളിൽ പ്രവേശിക്കുന്നതായിരിക്കും ഇഷ്ടപ്പെടുക. താനും അങ്ങനെയാണോ?

തെല്ല് ആലോചിക്കുമ്പോൾ തോന്നും താൻ അതുപോലും ആഗ്രഹിക്കുന്നില്ല, ഇപ്പോൾ.

ശ്രീബാല ആദ്യം കാണുമ്പോഴും നന്ദൻ ഇങ്ങനെ ഒക്കെ തന്നെയായിരുന്നു. മെലിഞ്ഞു വിളർത്ത ഒരു സാധാരണ ചെറുപ്പക്കാരൻ, അവൾ നായികയായി അഭിനയിക്കുന്ന ചിത്രത്തിൽ ആൾക്കൂട്ടമായി നിൽക്കാൻ വന്ന ജൂനിയർ ആർട്ടിസ്റ്റുകളിൽ ഒരാൾ.

അവർക്കുള്ള ക്യൂവിൽ കാത്തുനിന്നു ഭക്ഷണം വാങ്ങി, ദൂരെ മാറിനിന്നു നന്ദൻ കഴിക്കുമ്പോഴാണ് ശ്രീബാല അയാളെ ശ്രദ്ധിച്ചത്. തന്റെ മുൻപിലെ വിഭവങ്ങളുടെ പാതിയേ അയാളുടെ പ്ലേറ്റിലുള്ളൂ. ജൂനിയർ ആർട്ടിസ്റ്റുകൾക്ക് അത്രയ്ക്കല്ലേയുള്ളൂ അർഹത. ഭക്ഷണം കഴിക്കുമ്പോഴും അയാൾ മറ്റെങ്ങോ ആണെന്നു തോന്നി- വേറേതോ ലോകത്ത്. വിദൂരമായ ഏതോ ഒരു സ്വപ്നം തിരയും പോലായിരുന്നു ആ കണ്ണുകൾ. പിന്നെ ചിത്രീകരണത്തിനിടയിൽ ശ്രീബാല അയാളെ മാറിനിന്നു നോക്കിക്കൊണ്ടിരുന്നു.

അപ്പോൾ തോന്നിയ ഒരു കുസൃതിയാണ് "അയാൾക്കൊരു ഡയലോഗ് കൊടുക്കൂ" എന്ന് സംവിധായകനോട് പറഞ്ഞത്. നായികയെ മുഷിപ്പിക്കണ്ട എന്നോർത്താവാം സംവിധായകൻ അനുസരിച്ചതും. പക്ഷേ കൊടുത്ത ഡയലോഗ് ആദ്യ ടേക്കിൽ തന്നെ അയാൾ ഭംഗിയായി പറഞ്ഞു. ശേഷം അയാൾ എല്ലാവരെയും നോക്കി തുമ്പപ്പൂ

പോലെ ചിരിച്ചപ്പോൾ മനസ്സിലായി- ഇയാൾ ദിവസക്കൂലിയായി ലഭിക്കുന്ന 150 രൂപയ്ക്ക് ജൂനിയർ ആർട്ടിസ്റ്റായി എത്തിയതല്ല. അയാളുടെ സ്വപ്നം എത്രയോ വലുതാണ്.

പിന്നെ ശ്രീബാല തന്റെ ചിത്രങ്ങളിലെല്ലാം ഒരു കൊച്ചു വേഷം അയാൾക്ക് നീക്കിവെക്കാൻ സംവിധായകരോടും നിർമാതാക്കളോടും നിർദേശിച്ചു- അതയാൾ അറിയേണ്ടതില്ലെന്നും നിർദ്ദേശിച്ചു. അങ്ങനെ ചില്ലറ വേഷങ്ങളിലൂടെ നന്ദൻ വെള്ളത്തിരയിലെ ഒരൽപം ശ്രദ്ധിക്കപ്പെടുന്ന സാന്നിധ്യമായി. ഒടുവിൽ ഒരു ചിത്രത്തിൽ ശ്രീബാലയുടെ നായകനായി തന്നെ കാസ്റ്റ് ചെയ്യപ്പെട്ടു.

സെറ്റിൽ നേരത്തേ തന്നെ എത്തിയെങ്കിലും ഇരുവരും കണ്ടതായി ഭാവിച്ചില്ല. ഒന്നിച്ചുള്ള ആദ്യ ഷോട്ട് എടുക്കാൻ ഒരുക്കങ്ങൾ നടക്കുന്നതിനിടെ നന്ദൻ ചോദിച്ചു. "എന്തിനായിരുന്നു ഇതൊക്കെ?"

നന്ദൻ അവളോട് ആദ്യമായി സംസാരിച്ച വാക്കുകളും അതാണ്.

ചിരി വന്നെങ്കിലും അതൊതുക്കി ഒരു വിഡ്ഢിയെപോലെ ശ്രീബാല ചോദിച്ചു. "എന്ത്?"

"ഇത് അഭിനയമാണെന്ന് മനസ്സിലാക്കാനുള്ള സെൻസ് എനിക്കുണ്ട്" എന്ന് നന്ദൻ തിരിച്ചടിച്ചു.

"അല്ലേ ഞാനത്ര വിഡ്ഢിയായിരിക്കണം"

അയാളുടെ സ്വരത്തിൽ ഇത്തിരി പാരുഷ്യമുണ്ടായിരുന്നു.

ഒരു വൃദ്ധസംവിധായകൻ ശ്രീബാലയുടെ ചുറ്റും ഭ്രമണം ചെയ്യുന്ന കാലമായിരുന്നു അത്. അദ്ദേഹത്തിന്റെ ഒരു ചിത്രത്തിലേ ശ്രീബാല വേഷമിട്ടിട്ടുള്ളൂ. എന്നിട്ടും വേണുഗോപാൽ സർ പതിവിൽ കവിഞ്ഞ സൗഹൃദം, ഫോൺ വിളികൾ, ഗൃഹസന്ദർശനം, ഉപദേശങ്ങൾ എന്നിവയുമായി പിറകേ കൂടി.

സാറിന്റെ ചിത്രങ്ങൾ ശ്രീബാലയ്ക്ക് ഇഷ്ടമായിരുന്നു. പക്ഷേ ആ സാന്നിധ്യം, അനർഗളമായി പ്രവഹിച്ചുകൊണ്ടിരുന്ന ഉപദേശങ്ങൾ- പൊതുവേദികളിൽ എങ്ങനെ പ്രസംഗിക്കണം, കിട്ടുന്ന പണം എവിടെ നിക്ഷേപിക്കണം, ഒരു നടിക്ക് വായനയുടെ ആവശ്യകത എന്ത്? അങ്ങനെ കാക്കത്തൊള്ളായിരം വിഷയങ്ങളിലും സൗജന്യമായി ഉപദേശങ്ങൾ- അവൾക്ക് ശ്വാസംമുട്ടി.

അവ തലയ്ക്ക് മുകളിൽ കടന്നലുകളായി മൂളിപ്പറക്കുമ്പോഴും ശ്രീബാല സ്കൂൾ മുറ്റത്തെ പേരമരത്തിൽ കയറി. പ്രീ-ഡിഗ്രി ക്ലാസിൽ പാടാൻ കഴിയാതിരുന്ന 'ഏഴു സുന്ദര രാത്രി'കൾ ഓർത്തു. പക്ഷേ അതൊക്കെ വേണുഗോപാൽ സാറിനോട് ഒന്നുപറയാൻ അവളുടെ ഹൃദയം അവളെ അനുവദിച്ചില്ല.

അതു മനസ്സിലാക്കാതെ പടിഞ്ഞാറേക്ക് ചായുന്ന വെയിൽ പോലെ വേണുഗോപാൽ സർ എന്തിനാണ് പിന്നെയും പിന്നെയും തന്നിലേക്ക് ഇങ്ങനെ ചായുന്നതെന്ന് അവൾക്ക് പിടികിട്ടിയില്ല.

എന്നാൽ തനിച്ചായ ഹോട്ടൽ മുറികളിൽപോലും ശ്രീബാലയുടെ ശരീരത്തിലേക്ക് അയാളുടെ കൈ നീണ്ടുവന്നില്ല. പക്ഷേ അവൾ മറ്റാരുടെയെങ്കിലും ചിത്രത്തിൽ അഭിനയിക്കാൻ പോയാൽ സർ അസ്വസ്ഥനായി. ആ സെറ്റിൽ ഇല്ലാത്ത ഒരു കാരണവുമായി പ്രത്യക്ഷപ്പെട്ട് അവളെ അദ്ദേഹം കുഴക്കി.

ഒരു സിനിമയിൽ നിന്നു അടുത്ത സിനിമയിലേക്കുള്ള ഓട്ടം, എവിടെയും ഈ മനുഷ്യന്റെ സാന്നിധ്യം- സത്യത്തിൽ ശ്രീബാല ഏതാണ്ട് ഭ്രാന്തിന്റെ അരികിലായിരുന്നു. അതിൽ നിന്നെല്ലാമുള്ള രക്ഷപ്പെടലായിരുന്നോ നന്ദൻ.

ഇന്നും ശ്രീബാലയ്ക്ക് അത് ശരിക്ക് അറിഞ്ഞുകൂടാ. ഒന്നുറപ്പാണ്. അന്ന് നന്ദനോട് സ്നേഹവും കുസൃതിയും നിറഞ്ഞ ഒരു കൗതുകം അവൾക്കുണ്ടായിരുന്നു. അതുകൊണ്ട് അയാളുടെ പരുഷമായ സ്വരത്തോട് അവൾ നക്ഷത്രംപോലെ ചിരിച്ചു. സത്യം പറഞ്ഞാൽ ആ പാരുഷ്യത്തിൽ അവൾ നനഞ്ഞിരുന്നു. അതു നന്ദനും തിരിച്ചറിഞ്ഞു തുടങ്ങിയിരുന്നു.

നന്ദൻ വളരെ സത്യസന്ധനായിരുന്നു. “ഞാൻ എത്ര ഉയരത്തിലെത്തിയാലും നമ്മൾ തമ്മിൽ ഒരു താരതമ്യവും ഇല്ല ശ്രീബാലാ. എന്റെ അച്ഛൻ പഴയ ഒരു നാടകക്കാരനാണ്. അമ്മ നെയ്ത്തു കമ്പനി തൊഴിലാളി. തന്റെ കുടുംബം ഇതൊന്നുമല്ലല്ലോ?”

ശ്രീബാല അത് ശ്രദ്ധിച്ചതേയില്ല. “ഐ ഡോൺട് കെയർ” എന്ന് ഒരു പരസ്യവാചകംപോലെ പറഞ്ഞ് അവൾ ചിരിച്ചു. നന്ദനാവട്ടെ ആ കുസൃതിച്ചിരിയിൽ ആദ്യം പകച്ചു. പിന്നെ അവനും ചിരിക്കാൻ ആരംഭിച്ചു.

അച്ഛനും അമ്മയും എതിർത്തില്ല. നന്ദന്റെ പെരുമാറ്റത്തിലെ അകളങ്കത, സത്യസന്ധത- അത് അവരെയും സ്പർശിച്ചിരുന്നു. അങ്ങനെ വീട്ടുകാരും ചലച്ചിത്രലോകവും ഒരുപോലെ ആശിർവദിച്ചാണ് അവർ ജീവിതം ആരംഭിക്കുന്നത്.

“ഇനി നീ അഭിനയിക്കുന്നോ?” ആദ്യരാത്രിയിൽ നന്ദൻ ചോദിച്ചു. അവൾ ഉത്തരത്തിനു തിരയുംമുമ്പേ അയാൾ തന്നെ പറഞ്ഞു. “രണ്ടു പേരും ജോലി ചെയ്താൽ കുഞ്ഞുങ്ങളെ ആരു നോക്കും. അല്ലേ?”

അവൾക്ക് ഒന്നും പറയാനുണ്ടായിരുന്നില്ല. അന്നവൾ ക്യാമറയെയും സെല്ലുലോയ്ഡിനെയും സ്നേഹിച്ചിരുന്നില്ലല്ലോ?

വിവാഹശേഷം നന്ദന്റെ ചിത്രങ്ങളെല്ലാം വലിയ വിജയങ്ങളായി. ലക്ഷങ്ങളിൽ നിന്നു ഒരു കോടിയോളം പ്രതിഫലം വാങ്ങുന്ന നടനായി അയാൾ. ഒപ്പം പലതരം ബിസിനസ്സുകളിലും പങ്കാളിയായി. സ്വാഭാവികമായും അയാൾക്ക് വേണ്ടിയുള്ള കാത്തിരിപ്പായി ശ്രീബാലയുടെ ജീവിതം. പലപ്പോഴും മാസങ്ങളോളം നന്ദന് വീട്ടിലേക്ക് വരാനായില്ല.

ജോലിയോട് ദിനംപ്രതി ഭ്രമമേറിവന്നപ്പോൾ ഫോൺ കോളുകളുടെ എണ്ണവും കുറഞ്ഞു.

ഒരു നഗരത്തിൽ തന്നെ ഷൂട്ട് ഉള്ളപ്പോഴും നന്ദൻ ഹോട്ടലിലോ, അവരുടെ തന്നെ ഏതെങ്കിലും ഫ്ളാറ്റിലോ, വില്ലയിലോ ഉറങ്ങി. അപ്പോഴെല്ലാം ശ്രീബാല ആ പഴയ പയ്യനെ കാണാൻ മോഹിച്ചു.

“എന്തിനായിരുന്നു ഇതെല്ലാം” എന്ന് ഉറച്ച സ്വരത്തിൽ ചോദിച്ച ആ പഴയ പയ്യനെ.

ആ പയ്യൻ താൻ ഉറങ്ങിക്കിടക്കുമ്പോൾ തന്റെ കിടക്കയിൽ വന്നിരിക്കുമെന്നും ഗാഢമായ ഒരു ചുംബനംകൊണ്ടുതന്നെ ഉണർത്തുമെന്നും അവൾ സ്വപ്നംകണ്ടു. അപ്പോൾ താൻ അയാളോട് പറയും- പാടാൻ മറന്ന ഒരു പാട്ട് തന്റെ തൊണ്ടയിൽ കുരുങ്ങിക്കിടപ്പുണ്ട്. എനിക്കതൊന്ന് പാടണം. എനിക്ക് വേണ്ടി അതൊന്നു കേൾക്കാമോ?

ആ വേള അവൾ ആ പഴയ പ്രീ-ഡിഗ്രി ക്ലാസിലേക്ക് മറിഞ്ഞുവീണു. അവളുടെ മുന്നിൽ, സദസ്സിൽ ആ പയ്യൻ മാത്രം. അയാൾക്ക് വേണ്ടി മാത്രം അവൾ പാടുന്നു- ഏഴു സുന്ദര രാത്രികൾ, ഏകാന്ത സുന്ദര രാത്രികൾ.....

അങ്ങനെ നിനക്കുമ്പോഴെല്ലാം അവളുടെ കണ്ണിൽ പെരുമഴ പെയ്തു.

വർഷങ്ങൾ ഊർന്നുപോയതോടെ ആ പയ്യനെ നന്ദനും എവിടെയോ കളഞ്ഞു പോവുകയായിരുന്നോ? അങ്ങനെയാണെങ്കിൽ, അങ്ങനെ സംഭവിക്കുകയാണ് നന്ദാ എന്ന് ശ്രീബാല ഓർമിപ്പിച്ചിരുന്നോ? അവൾക്ക് ഒരു തിട്ടവുമില്ല. അങ്ങനെ ഓർക്കേ ശ്രീബാലയ്ക്ക് തോന്നി- നന്ദനെ ഒന്നു തിരികെ വിളിച്ചാലോ?

“ഞാൻ വരുന്നുണ്ട്” വിളിച്ചപ്പോൾ ശ്രീബാല എന്തെങ്കിലും പറയും മുമ്പ് നന്ദൻ ഇങ്ങോട്ട് പറഞ്ഞു.

“എനിക്കൊന്ന് സംസാരിക്കണം ശ്രീബാലാ.”

എന്ത് എന്ന് നന്ദൻ വ്യക്തമാക്കിയില്ല. എന്തെന്നു അറിയാവുന്നതുകൊണ്ടോ എന്തോ ശ്രീബാല തിരിച്ചൊന്നും ചോദിച്ചുമില്ല. അവൾ ആ വേളയിലും ആലോചിക്കുകയായിരുന്നു- ഇതു തനിക്ക് പരിചിതമായ സ്വരമാണോ?

ആ പഴയ പയ്യന്റെ ഉറച്ച സ്വരം.

പിന്നെ അവൾ ഒന്ന് കാതോർത്തു. ദൂരെ എവിടെ നിന്നോ ആ പാട്ട് ഒഴുകി വരുന്നുണ്ടോ?- ഏഴു സുന്ദര രാത്രികൾ എന്ന പാട്ട്.

കേൾക്കുന്നില്ലല്ലോ?

അഞ്ച്

അന്നു ശ്രീബാലയെ നിദ്ര സ്പർശിച്ചതേയില്ല. മുറിയിൽ എത്രയോ നേരം അവർ അങ്ങോട്ടും ഇങ്ങോട്ടും നടന്നു. ആരോടെങ്കിലും ഒന്നു സംസാരിക്കണമെന്ന് തോന്നി- തന്നിൽ നിന്നുതന്നെ രക്ഷപ്പെടാൻ.

അങ്ങനെ ഒരു രക്ഷപ്പെടൽ ഉണ്ടായില്ല.

ആ ഹോട്ടലിൽ 24 മണിക്കൂർ റെസ്റ്റോറന്റ് ഉണ്ടായിരുന്നു. ഒടുവിൽ ശ്രീബാല അവിടേക്ക് ചെന്നു. അവിടെ മനുഷ്യർ ഉണ്ടാകുമല്ലോ? അപരിചിതരാണെങ്കിലും തനിക്കിപ്പോൾ വേണ്ടത് ചുറ്റും ആരെങ്കിലും ഉണ്ടെന്ന തോന്നലാണ്. അങ്ങനെയാവുമ്പോൾ തനിച്ചാവുന്നതിന്റെ ഭയവും തോന്നുകയില്ല.

റെസ്റ്റോറന്റിൽ ഏതാനും പേരുണ്ടായിരുന്നു. എല്ലാവരും ചെറുപ്പക്കാർ. ഒരാൾ തന്നെപോലെ തീർത്തും തനിച്ചാണ്. അയാളെ ലൊക്കേഷനിൽ കണ്ടതായി ഓർക്കുന്നു. സുചിത്രയോട് എന്തോ സംസാരിച്ചുകൊണ്ടു നിൽക്കുകയായിരുന്നു.

വിഷാദത്തിന്റെ ഒരു തിര അയാളുടെ കണ്ണിൽ ഇരമ്പുന്നുണ്ട്. കരയാൻ തുനിയുന്ന കുട്ടിയെപ്പോലെ അയാൾ എങ്ങോ നോക്കിയിരിക്കുന്നു. ആരാണാവോ അത്?

ഒരു കോഫിക്ക് ഓർഡർ ചെയ്തുകൊണ്ട് ശ്രീബാല ഒരു കോണിൽ തണുത്ത് ഇരുന്നു.

മറ്റുള്ളവർ തങ്ങളെക്കുറിച്ച് ധരിക്കുന്നതുപോലെ, താനും നന്ദനും അറിഞ്ഞും അറിയാതെയും രണ്ടു ദിശകളിലേക്ക് നടക്കുകയാണ്. എത്രമേൽ അത് വെളിവാകാതിരുന്നാലും അത് സത്യമല്ലാതാവുന്നില്ല. എന്താണ് തങ്ങൾ ഇങ്ങനെയാവാൻ കാരണം? ഒരുപക്ഷേ മറ്റുള്ളവർക്ക് തൃപ്തികരമായ ഒരു കാരണം തങ്ങൾക്ക് പറയാനുണ്ടാവില്ല. വലിയ വലിയ കാരണങ്ങളില്ലാതെ തങ്ങൾ പരസ്പരം തിരിഞ്ഞു നടക്കുന്നു. ഇടയ്ക്ക് ഒരാൾ നിന്ന്, മറ്റേയാളെ തിരിഞ്ഞു നോക്കുന്നുണ്ടോ? ഇരുവരും അതുപോലും അന്വേഷിക്കുന്നില്ല.

എന്നാണ്, എങ്ങനെയാണ് ഇതൊക്കെ ആരംഭിച്ചത്? അന്നത്തെ ആ

വിദേശയാത്രയ്ക്കും ആ ഷോയ്ക്കും ഇതിൽ ചെറുതല്ലാത്ത ഒരു പങ്കുണ്ടോ?

സാധാരണ വിദേശഷോകളിലൊന്നും നന്ദനോടൊപ്പം ശ്രീബാല പോകാറില്ല. നന്ദൻ അതിനു ക്ഷണിക്കാറുമില്ല. തന്റെ ജോലിയോട് നന്ദനു തീരാത്ത കൂറുണ്ട്. അതിനിടയിൽ ആരെയും ശ്രദ്ധിക്കാൻ അയാൾക്ക് കഴിയാറില്ല. നന്ദനു ബുദ്ധിമുട്ടാവാൻ ശ്രീബാലയും ആഗ്രഹിച്ചില്ല. സിനിമ ഉപേക്ഷിച്ചതോടെ, ആ ലോകത്തിലേക്ക് എത്തിനോക്കാനും ശ്രീബാല ഇഷ്ടപ്പെട്ടില്ല.

എന്നിട്ടും ആ ഗൾഫ് ഷോയ്ക്ക് ശ്രീബാല ഒപ്പം പോയി. സംഘാടകരിലൊരാൾ ശ്രീബാലയും വരുന്നുണ്ടോ എന്ന് അന്വേഷിച്ചതും അവർക്ക് കൂടി ടിക്കറ്റ് ബുക്ക് ചെയ്തോട്ടെ എന്നു ആരാഞ്ഞതും ആവാം കാരണം.

ആദ്യത്തെ ഷോ വലിയ പ്രതികരണമാണുണ്ടാക്കിയത്. പാട്ടും നൃത്തവും സ്കിറ്റുകളും ഒക്കെ അത്രമേൽ രസകരമായിരുന്നു. നന്ദൻ സ്റ്റേജിൽ നിറഞ്ഞുനിൽക്കുന്നത് വിസ്മയത്തോടെ കണ്ടു. എന്തൊരു ആത്മാർത്ഥതയാണ്, നന്ദന് ഏറ്റെടുക്കുന്ന കൃത്യത്തോട്!

ഷോ കഴിഞ്ഞ് പുറത്തിറങ്ങാൻ തുടങ്ങവേയാണ് മൂന്നു സ്ത്രീകൾ ശ്രീബാലയുടെ മുന്നിലെത്തി ചോദിച്ചത്.

“ഓർമയുണ്ടോ ഈ മുഖങ്ങൾ?”

ശ്രീബാല സ്മൃതിയുടെ അടിത്തട്ടിൽ വരെ പരതി.

“ഇല്ല. എനിക്ക് പിടികിട്ടുന്നില്ല.”

“ഞങ്ങൾ ആബിദയും ഇന്ദുവും അനിതയുമാണ്.”

കാത്തിരുന്നതുപോലെ ശ്രീബാല ആ നിമിഷംതന്നെ പഴയ പ്രീ-ഡിഗ്രി ക്ലാസിലേക്ക് തെന്നിവീണു.

ഈ മൂന്നു പേരാണ് അന്ന് ഏതാനും ദിവസങ്ങളിലാണെങ്കിലും തന്റെ ഒപ്പം നിന്നത്. തന്റെ കൈ പിടിച്ചത്.

ശ്രീബാല “യൂണിയൻ ഉദ്ഘാടനത്തിനു പാടുക കൂടി ചെയ്താൽ കാമ്പസ് ഞെട്ടും” എന്നു പ്രവചിച്ചത് ഇവരാണ്.

“അന്നു ബാലയുടെ പാട്ട് കേൾക്കാത്തതിന്റെ നിരാശ ഇപ്പോഴും ഞങ്ങൾക്കുണ്ട്.” ശ്രീബാലയുടെ കൈ കവർന്നുകൊണ്ട് ആബിദ പറഞ്ഞു.

ആ വേള വീണ്ടും എവിടെ നിന്നോ ‘ഏഴു സുന്ദര രാത്രികൾ’ എന്ന ഗാനം ഒഴുകി വരുന്നതായും അതു തന്നെ വരിഞ്ഞുമുറുക്കി ശ്വാസം മുട്ടിക്കുന്നതായും ശ്രീബാല കണ്ടു. എന്തുകൊണ്ടാണ് ആ പാട്ട് തന്നെ പിന്തുടരുന്നത്?

മറ്റെല്ലാ പാട്ടുകളെയും മായ്ച്ചു കളഞ്ഞു ചുറ്റും നിൽക്കുന്നത്?

പഴയ ആ കൂട്ടുകാരികളോട് കുറച്ചുനേരം വർത്തമാനം പറഞ്ഞു നിന്നു പുറത്തിറങ്ങിയപ്പോഴാണ് മനസ്സിലായത് എല്ലാ താരങ്ങളും ഹോട്ടലിലേക്ക് മടങ്ങിയിരിക്കുന്നു- നന്ദൻ ഉൾപ്പെടെ.

താൻ ഇവിടെ ബാക്കിയുണ്ടെന്ന കാര്യം നന്ദൻ മറന്നുപോയിരിക്കുന്നു. നാടകം കഴിഞ്ഞു രംഗസാമഗ്രി മറന്നുവെച്ചു നാടകക്കാർ കളംവിട്ടതുപോലെയാണിത് എന്നൊരു തോന്നൽ മനസ്സിലേക്ക് പാഞ്ഞു വന്നു. പിന്നെ ശ്രീബാല നിയന്ത്രിച്ചു- നന്ദന് അഭിനയമാണല്ലോ ഹരം. ആ ജോലിക്ക് മുന്നിൽ നന്ദൻ എല്ലാം മറക്കുക പതിവല്ലേ?

അപ്പോഴേക്കും ആബിദയും കൂട്ടരും പറഞ്ഞു. "പേടിക്കണ്ട. ഞങ്ങൾ വിട്ടോളാം ബാലയെ ഹോട്ടലിൽ."

അവരുടെ ഭർത്താക്കന്മാരും കുട്ടികളും ഒരു കാർ ആ കൂട്ടുകാരികൾക്കായി ഒഴിഞ്ഞുകൊടുത്തു.

പിന്നെ പ്രീ-ഡിഗ്രി ക്ലാസിലെ ആ ബാക്ക് ബെഞ്ചുകാർ വർണവിളക്കുകൾ തെളിഞ്ഞു കത്തുന്ന ആ നഗരത്തിന്റെ നെഞ്ചിലൂടെ ഉല്ലാസത്തോടെ പറന്നു- ശരിക്കും കൂടു തുറന്നുവിട്ട പക്ഷികളെപ്പോലെ.

ആബിദയാണ് ഡ്രൈവ് ചെയ്തത്. ഉറങ്ങാൻ മടിക്കുന്ന ആ നഗരം മുഴുവൻ അവർ ചുറ്റിയടിച്ചു. പഴയ തമാശകൾ പുറത്തെടുത്തു. ഉറക്കെ ഉറക്കെ ചിരിച്ചു.

ഒടുവിൽ ആബിദ ചോദിച്ചു. "എടോ തന്റെ അഭിനയം എത്രയോ കണ്ടിട്ടുണ്ട്. പക്ഷേ പറഞ്ഞില്ലേ ആ പാട്ട്. അതിപ്പോഴും കേൾക്കാൻ കൊതിയുണ്ട്."

അനിതയും ഒപ്പം ചേർന്നു. "ശരിയാ ബാലാ. ആ കൊതി അടക്കാനാവുന്നില്ല."

"അതിനെന്താ ബാല ഇപ്പോ പാടാൻ പോവുകയല്ലേ" എന്ന് ഇന്ദു ചിരിയോടെ ഒച്ചവെച്ചു.

ശ്രീബാല വിചാരിച്ചു- ശരിയാ ഒന്നു പാടിയാൽ എന്താ? എങ്കിൽ ആ പാട്ട് തന്നെ ഇങ്ങനെ ശ്വാസംമുട്ടിക്കുകയില്ല. തന്നെ നീറ്റുകയില്ല. അവൾ മനസ്സിൽ പി.സുശീലയെ ഓർത്തു. ഒരു വധുവിനെപോലെ തന്നെയാണ് സുശീലാമ്മ പാടിയിരിക്കുന്നത്. താനും ഇപ്പോൾ ഒരു വധുവാണ്. ആരും അത്രയൊന്നും തൊടാത്ത വധു.

പാടുക തന്നെ. വധുവായി.... സുശീലാമ്മയായി.....

പക്ഷേ ശ്രീബാല എത്ര ശ്രമിച്ചിട്ടും വാക്കുകൾ പുറത്തു വന്നില്ല. ശ്രീബാലയുടെ കണ്ണുകൾ നിറഞ്ഞു. നെഞ്ച് പിടഞ്ഞു. എന്താണ് സമയത്ത് ആ വരികൾ തന്നെ വെടിഞ്ഞു കളയുന്നത്?

ഒടുവിൽ ആബിദയും ഇന്ദുവും അനിതയും കൂട്ടുകാരിയുടെ തോളിൽ പിടിച്ചു. "സാരമില്ലെടോ. ഞങ്ങളിങ്ങനെ ഒരാഗ്രഹം പറഞ്ഞിട്ടില്ലെന്നു വെക്ക്."

ആ നിമിഷം ശ്രീബാല പൊട്ടിക്കരഞ്ഞുപോയി.

അത് എന്തിനെന്ന് ഇന്നും ശ്രീബാലയ്ക്ക് അറിഞ്ഞുകൂടാ. എന്നാലും ആ കരച്ചിൽ ഇപ്പോഴും അവരെ ഉലയ്ക്കുന്നു.

തിരിച്ചു മുറിയിലെത്തിയപ്പോഴാണ് നന്ദൻ താൻ ശ്രീബാലയെ ഒപ്പം കൂട്ടിയില്ലെന്ന് ഓർക്കുന്നത്. പക്ഷേ അവൾ പരിഭവിച്ചില്ല. അതിന് അവൾക്ക് കഴിയുമായിരുന്നില്ല. എന്തെന്നാൽ അവൾ വേറെ ഒരു ലോകത്തായിരുന്നു. അയാളത് അറിഞ്ഞതുമില്ല.

പിന്നീടൊരു വിദേശയാത്രയിലും ശ്രീബാല നന്ദന്റെ കൂടെ പോയിട്ടില്ല. നന്ദൻ നിർബന്ധിച്ചിട്ടുമില്ല.

ആ യാത്രയും ആ കൂട്ടുകാരികളും- ഒരുപക്ഷേ അതു തന്നെയാവാം താൻ പലതും തിരിച്ചറിഞ്ഞു തുടങ്ങിയതിന്റെ തുടക്കം. ശ്രീബാല അറിയാതെ തലകുലുക്കി.

ആ വേള കോഫി വന്നു.

അതു കുടിച്ചുകൊണ്ടിരിക്കേ തനിച്ചിരിക്കുന്ന ആ ചെറുപ്പക്കാരന്റെ മൊബൈൽ ശബ്ദിച്ചു. അത് അറ്റന്റ് ചെയ്തശേഷം അയാൾ മുകളിലെ മുറികളിലൊന്നിലേക്ക് നടക്കുന്നത് ശ്രീബാല കണ്ടു.

ശ്രീബാല പിന്നെ ഗ്ലാസ് വിൻഡോവിലൂടെ പുറത്തേക്ക് നോക്കി.

പുറത്ത് മഞ്ഞു പെയ്യുന്നുണ്ട്.

ആ മഞ്ഞു രാവുമായി ഇണചേരുന്നു.

അകാരണമായി ശ്രീബാലയിൽ സങ്കടം കിനിഞ്ഞു.

പുറത്തെ മഞ്ഞിലൂടെ പ്രീ-ഡിഗ്രി കാലം കഴിഞ്ഞു താൻ കേൾക്കാത്ത പാട്ടുകളത്രയും എങ്ങോ പറന്നുപോവുകയാണെന്നും ശ്രീബാല വിചാരിച്ചു.

അവളെ പിന്നെയും സങ്കടം മൂടി.

രാത്രി നിർമാതാവ് രാജൻപോളിനെ അയാളുടെ മുറിയിൽ ചെന്നു കാണാമെന്ന് വിചാരിച്ചിരിക്കുമ്പോഴാണ് അപ്രതീക്ഷിതമായി പ്രശാന്തിനെ തേടി രണ്ട് അതിഥികളെത്തിയത്- അച്ഛനും മൂത്ത ഏട്ടൻ അരവിന്ദനും.

“ജലജ ഇന്നലെ വന്നു ഞങ്ങളെ കണ്ടിരുന്നു. അവൾ എന്തൊക്കെയോ പറഞ്ഞു. അപ്പോ നിന്നെ വന്നൊന്ന് കാണാൻ തോന്നി.” അവർ പറഞ്ഞു.

ജലജ എന്താണ് അവരോട് സംസാരിച്ചത്?

“എടാ ഞങ്ങളാരും നീ വളരെ അകലെയാണെന്ന് വിചാരിച്ചിട്ടില്ല. കുട്ടിക്കാലത്തേ നീയാണ് തനിച്ചാവുന്നതിൽ ആനന്ദം കണ്ടെത്തിയത്. വീട്ടിൽ മാത്രമല്ല കളിക്കളങ്ങളിലും സ്കൂളിലും പൊതുസ്ഥലങ്ങളിലും

ഒക്കെ എല്ലാത്തിന്റെയും ഒപ്പമുണ്ടെന്ന് നീ വരുത്തിത്തീർക്കുകയായിരുന്നു. ശേഷം നീ സ്വയം സൃഷ്ടിച്ച ഏകാന്തതയിൽ അടച്ചിരുന്നു."

ശരിയല്ലേ എന്ന മട്ടിൽ പ്രശാന്തിനെ നോക്കി.

ഒരുപക്ഷേ താനിവിടെയും എല്ലാത്തിൽ നിന്നു ഒരകലം പാലിച്ചു നിൽക്കുകയാണെന്ന് പറഞ്ഞിട്ടുണ്ടാവും ജലജ. അച്ഛനും ഏട്ടനും ഒന്നു ചെല്ലുന്നത് നല്ലതാണെന്നും സൂചിപ്പിച്ചിട്ടുണ്ടാവും.

"നീ ക്രിയേറ്റീവ് ആയതുകൊണ്ട് നിന്നെ നിന്റെ വഴിക്ക് പോകാൻ അനുവദിച്ചു. അല്ലാതെ ഞങ്ങളെന്താണ് ചെയ്യുക?" അച്ഛൻ ചിരിയോടെ ചോദിച്ചു.

"പിന്നെ നീ ഓഫ്ബീറ്റ്, മധ്യവർത്തി സിനിമ എന്നൊക്കെ പറഞ്ഞ് നടക്കുന്നത് ഭ്രാന്താണെന്ന് ഞങ്ങൾ വാദിച്ചിട്ടുണ്ട്. അതു നീ ഇത്തിരി കാശുണ്ടാക്കാൻ വേണ്ടിയാണ്. നീ തറയിൽ കിടക്കുന്നതിലും ഞങ്ങൾക്കിഷ്ടം എ.സി മുറിയിൽ കിടക്കുന്നതാണ്. ഒന്നുമില്ലെങ്കിലും നീ ഞങ്ങളുടെ അനിയനല്ലേ?" അരവിന്ദേട്ടൻ ചോദിച്ചു.

അയാൾക്ക് അച്ഛനോടും അരവിന്ദേട്ടനോടും വല്ലാത്തൊരു ഇഷ്ടം തോന്നി.

എല്ലാവരും തന്റെ ചുറ്റുമുണ്ട്. എന്നാൽ ആരെയും താൻ കാണുന്നില്ല. അറിയുന്നില്ല. അത് താൻ ആഗ്രഹിക്കുന്ന ഒരു സൃഷ്ടി തന്നിൽ നിന്നും ഉണ്ടാകാത്തതുകൊണ്ടാണ്. തനിക്ക് ആത്മനിന്ദ തോന്നുന്ന രചനകൾ തന്റെ പേരിൽ പുറത്തുവരുന്നതുകൊണ്ടാണ്. അതുകൊണ്ട് ലോകത്തോട്, ബന്ധങ്ങളോട് തന്നെ വിരക്തി തോന്നുന്നു. അതു പറഞ്ഞാൽ ആർക്കെങ്കിലും മനസ്സിലാകുമോ?

പോകുമ്പോൾ ഇരുവരും പറഞ്ഞു. "പടം കഴിഞ്ഞ് നീ വീട്ടിലേക്ക് വരൂ.... കുറച്ചു ദിവസം അവിടെ കഴിയൂ.... ഇതെന്തായാലും നിനക്ക് തൃപ്തിതരുന്ന ചിത്രമാകട്ടെ. അപ്പോൾ ഞങ്ങൾക്കല്ല, നിനക്കുതന്നെ നിന്നെ വീണ്ടുകിട്ടും. പക്ഷേ അപ്പോഴും ഞങ്ങൾ ഞങ്ങളുടെ പഴയ നിലപാടിൽ തന്നെയാ. നീ ഇത്തിരി കാശുണ്ടാക്കുന്നത് തന്നെയാ ഞങ്ങൾക്ക് പഥ്യം."

പ്രശാന്ത് ചിരിക്കാതിരുന്നില്ല.

രണ്ട് ഏട്ടന്മാരും ഒരു ചേച്ചിയും അവരുടെ കുടുംബാംഗങ്ങളും- അവരെ ആരെയെങ്കിലും താൻ സന്ദർശിച്ചിട്ട് എത്രയോ കാലമായി.

അതൊക്കെ ആലോചിക്കുമ്പോൾ ഒരിക്കലും വായനയിലും എഴുത്തിലും എത്തിപ്പെടേണ്ടതില്ലായിരുന്നു എന്നു തോന്നും. വായന ഒരാളെ വർത്തമാന ജീവിതത്തിൽ നിന്ന് വളരെ അകലേക്ക് വലിച്ചുകൊണ്ടുപോകും. സദാ അസ്വസ്ഥനാക്കും, ചിന്താഗ്രസ്തനാക്കും. തനിക്ക് നഷ്ടപ്പെടുന്നത് പലതും തിരിച്ചറിയാനുള്ള കണ്ണോ കാതോ അപ്പോൾ ഉണ്ടാവുകയുമില്ല. മാസശമ്പളം, ഭാര്യ, കുട്ടികൾ, വീട്ടുകാര്യങ്ങൾ- അങ്ങനെ

ജീവിക്കുന്ന ഒരാളായിത്തീർന്നാൽ ഭൗതികമായ വേവലാതികൾ മാത്രമല്ലേ അനുഭവിക്കേണ്ടതുള്ളൂ. അവയ്ക്ക് ഒരളവോളം പരിഹാരമാർഗങ്ങളുമുണ്ട്.

മടങ്ങുന്നതിനു മുൻപ് അരവിന്ദേട്ടൻ പ്രശാന്തിനെ ഒന്നു മാറ്റിനിർത്തി പറഞ്ഞു.

“ഇനി പറയുന്നത് നിന്റെ ഏട്ടനല്ല ഒരു സുഹൃത്താന്നു വിചാരിച്ചോ?”

പ്രശാന്ത് കാത്തുനിന്നു.

“എനിക്ക് തോന്നുന്നത് നിനക്ക് എവിടെയോ ഒരു ആത്മവിശ്വാസക്കുറവ് ഉണ്ടെന്നാ. പരിഹാരമാർഗവുമുണ്ട്.”

“എന്താ?”

“ഒന്നുകിൽ നീയൊരു കല്യാണം കഴിക്കുക. അല്ലേ ലിവിംഗ് ടുഗദർ. അതുമല്ലേ പരസ്പരം ഇഷ്ടമുള്ള ആരെങ്കിലുമായി കുറച്ചു ദിവസമെങ്കിലും കഴിയുക.”

പ്രശാന്ത് അന്തംവിട്ട് ഏട്ടനെ നോക്കി.

“എടാ നീ സായിപ്പിനെ കണ്ടിട്ടില്ലേ. പത്തു ഇരുപത്തിയഞ്ച് വയസ്സാവുമ്പോഴേക്ക് അവർക്ക് ലൈംഗികത ജീവിതത്തിലെ സാധാരണ കാര്യമായി കഴിഞ്ഞിരിക്കും. പിന്നെ കരിയർ ഡവലപ് ചെയ്യാൻ എളുപ്പാ. ഇവിടെ നാൽപതിലെത്തിയാലും പുരുഷനും സ്ത്രീയും സെക്സ് എന്താന്നു കൃത്യമായി അനുഭവിച്ചിട്ടുണ്ടാവില്ല. അതിന്റെ ഉദ്വേഗവും ആകാംക്ഷയും ഫ്രസ്ട്രേഷനുമിടയിൽ എന്തു കരിയർ? നിന്റെ കഥയും വ്യത്യസ്തമൊന്നുമല്ല. അതുകൊണ്ടാ ഇങ്ങനെ ഒരു ഉപദേശം.”

“അപ്പോ ഏട്ടൻ കരിയറിൽ സക്സസ് ഫുള്ളായത് ഇക്കാര്യത്തിൽ നേരത്തേ പി.എച്ച്.ഡി എടുത്തതുകൊണ്ടാണോ?”

“ങാ, ഇനി നീ അതെടുത്തു ഇങ്ങോട്ട് വെച്ചോ. എന്നാലും സത്യം പറയാതിരിക്കുന്നില്ല. അതൊക്കെ അങ്ങനെ തന്നെയായിരുന്നു.”

“ആരൊക്കെയായിരുന്നു ഏട്ടാ, ഏട്ടന്റെ കക്ഷികൾ?”

“ഒന്നു പോടാ. എന്തായാലും നീ ഇതേക്കുറിച്ച് ഒന്ന് ആലോചിക്ക്. നീ കുറച്ചുകൂടി ഫോക്കസ്ഡ് ആവും. നിന്റെ സിനിമകൾ ഒന്നുകൂടി നന്നാവും.”

ഇടയിലേക്ക് അച്ഛൻ കയറിവന്നപ്പോൾ “ഞങ്ങളിറങ്ങ്വാടാ” എന്ന് കണ്ണിറുക്കിക്കൊണ്ട് അരവിന്ദേട്ടൻ ഓടിപ്പോയി.

പ്രശാന്തിന് ചിരിക്കണമെന്ന് തോന്നിയെങ്കിലും ചിരിക്കാനായില്ല. അരവിന്ദേട്ടൻ പറഞ്ഞതിൽ കാര്യമില്ല എന്നെങ്ങനെ പറയും? തന്റെ ചിന്തകളുടെ നല്ലൊരു പങ്കും ‘ആവക’ ചിന്തകൾ അപഹരിക്കുന്നില്ലേ? അതില്ലായിരുന്നെങ്കിൽ കൂടുതൽ ആഴത്തിൽ കഥകളെ സമീപിക്കാനാവുമായിരുന്നില്ലേ?

പിന്നെ അന്ന് ആരൊക്കെയായിരുന്നിരിക്കും ഏട്ടന്റെ കക്ഷികൾ?

....അന്നൊന്നും ഒരു സൂചനയും ഉണ്ടായിരുന്നില്ലല്ലോ?

ഏടത്തിയമ്മ പിൽക്കാലത്ത് ഇതൊക്കെ കണ്ടുപിടിച്ചിരിക്കുമോ? ഇത്തവണ പ്രശാന്ത് ചിരിക്കാതിരുന്നില്ല.

അന്ന് പ്രശാന്ത് അമ്മയെ വിളിച്ചു. അമ്മ ചിരിച്ചു.

"നീ വിളിക്കുമെന്ന് എനിക്കറിയാമായിരുന്നു. ബേസിക്കലീ നീ വളരെ സെൻസിറ്റീവാണെന്ന് എനിക്കറിഞ്ഞൂടെ."

പിന്നെ പ്രശാന്ത് അമ്മയ്ക്ക് സിനിമയുടെ കഥ പറഞ്ഞുകൊടുത്തു. രണ്ട് സ്ത്രീകളുടെ സൗഹൃദം അവരുടെ പരിസരം തിരിച്ചറിയാത്ത കഥ. എന്നിട്ടും അവരത് തുടരാൻ തീരുമാനിക്കുന്ന കഥ.

"ഇതൊരിക്കലും ഒരു മോശം സിനിമയാവില്ല. നീ നന്നായി ചെയ്യൂ പ്രശാന്ത്."

അമ്മ ആശ്വസിപ്പിച്ചു.

ശേഷം അയാൾ ജലജയെ വിളിച്ചു. "നീ നല്ല പണിയാ കാണിച്ചത്?"

"നിനക്ക് ഇത്തിരി ആശ്വാസമായില്ലേ?"

"അതുവ്വ്."

"നിന്നെ കാണുമ്പോഴെല്ലാം എന്തോ, എവിടെയോ നഷ്ടപ്പെട്ട ഒരാളായി എനിക്ക് തോന്നും പ്രശാന്ത്. പ്രസൻസ് ഓഫ് മൈൻഡ് ഒട്ടുമില്ലാതെ എങ്ങോട്ടോ ഒഴുകിപ്പോവുന്ന ഒരാളായി നീ മാറുകയാണോ എന്നു ഭയവും തോന്നും. ഒരുപക്ഷേ നിനക്കിഷ്ടമുള്ളവരുടെ സാമീപ്യം ഉണ്ടേ കുറച്ചുകൂടി നന്നായി ഈ വർക്കിൽ നിനക്ക് ശ്രദ്ധിക്കാനായേക്കും എന്നു വിചാരിച്ചു. ഈ പടവും നന്നായില്ലേ അതു നിന്നെ പൂർണമായും തകർത്തേക്കും എന്നും ഞാൻ പേടിക്കുന്നുണ്ട്."

പ്രശാന്ത് കുറേനേരം മിണ്ടാതിരുന്നു. പിന്നെ ഇത്തിരി തൊണ്ടയിടറി പറഞ്ഞു.

"എന്നെപ്പറ്റി ഇത്രയേറെ ആഴത്തിൽ മറ്റാരെങ്കിലും ആലോചിക്കുന്നുണ്ടെന്ന് തോന്നുന്നില്ല ജലജാ."

"ഞാനും അത്രയൊന്നും ആലോചിക്കുന്നില്ല കേട്ടോ. ഞാൻ പറഞ്ഞിട്ടുണ്ടല്ലോ- വീട്, കുടുംബം, കുട്ടികൾ, ജോലി എന്നീ അച്ചുതണ്ടുകൾ ഞാൻ ആക്സെപ്ട് ചെയ്തുകഴിഞ്ഞു. അവക്ക് ചുറ്റും കറങ്ങുക എന്ന നിയോഗത്തിൽ നിന്നു രക്ഷപ്പെടാനും ഞാനത്ര മോഹിക്കുന്നില്ല. അപൂർവമായി വൈകാരികവും ശാരീരികവുമായ അസംതൃപ്തികൾ വരുമ്പോൾ ഞാൻ നിന്നെ ആഗ്രഹിക്കാറുണ്ട്. കൗമാരത്തിൽ ഞാൻ തന്നെ അരുതെന്നു തള്ളിമാറ്റിയ നിന്നെ. നിനക്കന്നു വല്ലാത്ത ഒരു കരുത്തുണ്ടായിരുന്നു."

വാക്കുകൾ എവിടെയോ മറന്നുവെച്ച് പ്രശാന്ത് അങ്ങനെ നിന്നു.

ജലജ അത് ഓർമിപ്പിക്കുമ്പോൾ താൻ ആ പഴയ കൗമാരക്കാരനാവുന്നുണ്ടെന്നും പ്രശാന്ത് ഭീതിയോടെ അറിഞ്ഞു.

"പിന്നെ ഈ സിനിമ നിന്റെ ജീവിതം മാറ്റും എന്നൊരു തോന്നൽ. ഞാൻ ഉദ്ദേശിച്ചത് നിന്റെ കരിയറല്ല കേട്ടോ."

"പിന്നെ?"

"നിന്റെ പേഴ്സണൽ ലൈഫ്."

"അതെന്തേ അങ്ങനെ വിചാരിക്കാൻ?"

"നീ ഇതൊരു പ്രവചനമായി എടുത്തോളൂ. അവിടെ വന്നു നിന്നെ നോക്കിനിന്നപ്പോൾ എനിക്കങ്ങനെ ഒരു ഫീൽ ഉണ്ടായി."

"നീ വെറുതേ...."

"നീ നോക്കിക്കോളൂ."

അപ്പോഴേക്കും മുറിയിൽ രാജൻപോൾ കടന്നുവന്നു. "തന്നെ അങ്ങോട്ട് കണ്ടതേ ഇല്ലല്ലോ" എന്ന അന്വേഷണവുമായി.

രാജൻപോളിന്റെ കണ്ണിൽ തെല്ല് അസ്വസ്ഥതയുണ്ടായിരുന്നു. അതു കണ്ടപ്പോൾ പ്രശാന്തിലും ആശങ്ക പരന്നു.

രാജൻ നേരെ കാര്യം വിളമ്പി.

"ഞാൻ രണ്ടു മൂന്ന് ചാനലുകളിൽ ഇതിനിടയിൽ കയറി ഇറങ്ങിയിരുന്നു പ്രശാന്ത്. നമ്മുടെ സാറ്റലൈറ്റ് വിൽപനയുമായി ബന്ധപ്പെട്ട്. ഒരാളും അടുക്കുന്നില്ല."

പ്രശാന്തിന് അതുകേട്ട് വലിയ പതർച്ച തോന്നിയില്ല. നായകപ്രധാനമായ ഒരു ചിത്രത്തിന് ചിത്രം തുടങ്ങുംമുമ്പേ ചാനലുകൾ വില പറയും എന്നതു നേര്. ഈ ചിത്രത്തിന് അതുണ്ടാവില്ല എന്നു രാജൻപോളിനോട് നേരത്തേ വ്യക്തമായി പറഞ്ഞിരുന്നതാണ്.

"അതു ഞാൻ നിഷേധിക്കുന്നില്ല പ്രശാന്ത്. എന്റെ ഒരു കണക്കുകൂട്ടൽ ചിത്രം അവസാനിക്കുന്നതോടെ ആരെങ്കിലും റൈറ്റ്സ് വാങ്ങും എന്നായിരുന്നു."

"ഷൂട്ടിംഗ് തുടങ്ങിയതല്ലേ ഉള്ളൂ രാജൻ."

"അതല്ല. ഇങ്ങനെ പോയാൽ ചിത്രം റിലീസായി ഹിറ്റായാലേ ചാനലുകൾ എടുക്കൂ എന്നാണ് സൂചന."

"വർഷങ്ങൾക്ക് ശേഷമുള്ള ശ്രീബാലയുടെ തിരിച്ചുവരവല്ലേ ഇത്. അങ്ങനെ സംഭവിക്കില്ല രാജൻ. ആരെങ്കിലും പോസ്റ്റ് പ്രൊഡക്ഷൻ ഘട്ടത്തിലെങ്കിലും റൈറ്റ്സ് വാങ്ങും."

"അല്ലെങ്കിൽ കുഴയും. എന്റെ കയ്യിൽ ഷൂട്ട് തീർക്കാനുള്ള കാശേ ഉള്ളൂ. അറിയാലോ- മാർവാടികളൊന്നും ഇപ്പോ മലയാള സിനിമക്കാർക്ക് പണം പലിശയ്ക്ക് കൊടുക്കില്ല. ഇവിടുത്തെ പലിശക്കാർക്ക് മുന്നിൽ തലവെക്കാതിരിക്കുകയാ ഭേദം."

"എന്റെ പ്രതിഫലം പിന്നെ മതി. റിലീസായി കഴിഞ്ഞ് ചിത്രം ലാഭത്തിലാണേ മതി."

"എടോ തന്റെ പ്രതിഫലമല്ല പ്രശ്നം. തനിക്ക് ഒന്നും തന്നില്ലെങ്കിലും താനീ ചിത്രം തിയേറ്ററിലെത്തിക്കാൻ വേണ്ടതിലേറെ ചെയ്യുമെന്ന് എനിക്കറിഞ്ഞുകൂടേ?"

"പിന്നെന്താ രാജൻ- തുറന്നു പറയൂ."

"ചാനലുകളിൽ പലതിൽ നിന്നും ഒരു ചോദ്യം വന്നു. ഹീറോയ്ക്ക് ഇംപോർട്ടൻസില്ലാത്ത സിനിമ എന്തു സിനിമയാണെന്ന ചോദ്യം. താൻ വെപ്രാളപ്പെടുകയൊന്നും വേണ്ട. വെറുതേ ഒന്ന് ആലോചിച്ചു നോക്ക്. ഈ സിനിമയിൽ ഇനി ഒരു ഹീറോയ്ക്ക് സ്പെയ്സ് ഇല്ല. എന്നാലും മാർക്കറ്റുള്ള ഒരു ഹീറോയെ കൊണ്ടുവന്നൂടെ- ഗസ്റ്റ് അപ്പിയറൻസായി."

പ്രശാന്ത് ആകെ സ്തബ്ധനായി.

എത്രയോ മാസങ്ങൾ, ആലോചിച്ച്, ഉള്ളിൽ കരഞ്ഞും ചിരിച്ചും എഴുതിയ കഥ, ഒടുവിൽ വിപണിയുടെ ആവശ്യം മുൻനിർത്തി കീഴ്മേൽ മറിക്കുകയോ? അതോടെ ഈ കഥ ഈ കഥ അല്ലാതാവില്ലേ?

താൻ പല സംവിധായകരെയും ഉള്ളുകൊണ്ട് വെറുത്തത്, തള്ളിപ്പറഞ്ഞത് അവർ തന്റെ തിരക്കഥയിൽ ഇതേ പാതകം ചെയ്തതുകൊണ്ടല്ലേ? സത്യത്തിൽ അവരും വിപണിയുടെ ഇരകളല്ലേ? അവരെ താൻ 'പുണ്യവാളനായി' നിന്നു ക്രൂശിക്കയായിരുന്നില്ലേ?

അങ്ങനെ ഒന്നും ആലോചിക്കരുത്. ഇവിടെ ഇതുവരെ താൻ ചെറുത്തുനിന്നിട്ടുണ്ട്. ഇനിയും ചെറുത്തുനിൽക്കുക തന്നെ ചെയ്യും. പക്ഷേ എത്രത്തോളം? സിനിമയിൽ മുതൽമുടക്കുന്നവന്റെ രാഷ്ട്രീയം, ഇംഗിതം- അതിനപ്പുറം തനിക്കെന്തു ചെയ്യാനാവും.

......അങ്ങനെയെങ്കിൽ ഒരുപാട് മോഹിച്ചു ഒരുക്കിയെടുക്കുന്ന ഈ ചിത്രവും താൻ ഒരിക്കലും കാണാനാഗ്രഹിക്കാത്ത ചിത്രമായി തന്റെ പേരിൽ ലോകം കാണുമോ? അറിഞ്ഞുകൂടാ..... ഒന്നും അറിഞ്ഞുകൂടാ...

ആറ്

റിസപ്ഷനിൽ നിന്നു ആരും ശ്രീബാലയെ വിളിച്ചുപറഞ്ഞതുപോലു മില്ല- ഒരു അതിഥി കയറിവരുന്നുണ്ടെന്നും അതു നന്ദനാണെന്നും.

കോളിംഗ് ബെൽ കേട്ട് വാതിൽ തുറന്ന ശ്രീബാല അയാളെ കണ്ട് ഞെട്ടി. കുസൃതിയോടെ ചിരിച്ചുകൊണ്ട് നന്ദൻ ചോദിച്ചു. "നീ ഇപ്പോൾ ബോധം കെടുമോ?"

എത്രയോ കാലങ്ങളുടെ അകലം തങ്ങൾക്കിടയിലുണ്ടെന്ന വാസ്തവം മറന്നതു പോലെയാണ് നന്ദന്റെ ചിരി.

"ഞാൻ അകത്തേക്ക് വരട്ടേഡോ?"

അയാൾ പിന്നെയും ചിരിച്ചു.

പക്ഷേ അയാൾ അകത്തെത്തി പിന്നിൽ വാതിലടഞ്ഞതോടെ കോടമഞ്ഞുപോലെ അവർക്കിടയിൽ മൗനം പരന്നു. ഒടുവിൽ നന്ദൻ പറഞ്ഞു.

"നമുക്ക് ഒരു ഡ്രൈവ് പോയാലോ?"

വിവാഹത്തിന്റെ ആദ്യ നാളുകളിൽ അത് അവരുടെ ഹരമായി രുന്നു. ഇടയ്ക്ക് ചില ഒഴിഞ്ഞ തട്ടുകടകളുടെ മുന്നിൽ വണ്ടി നിർത്തി, ആ കച്ചവടക്കാരെ അമ്പരപ്പിച്ചുകൊണ്ട് ഇരുവരും അവിടെ നിന്നു കട്ടനും ഓംലെറ്റും കഴിക്കും.

ആ ഓംലെറ്റിന്റെ സ്വാദ് ഒരു ആഡംബര വിരുന്നും നൽകിയിട്ടില്ല. ആ രാവുകളും തണുപ്പും ആ സ്വാദും.... ഓർമയിൽ മയങ്ങി കിടപ്പുണ്ട്.

ഇരുട്ടിനെ നെടുകെ പിളർന്നുകൊണ്ട് നന്ദന്റെ കാർ പാഞ്ഞു- യു.എസ്. ഷോ ഇടയ്ക്ക് നിർത്തിപോന്നതാണോ എന്നവൾക്ക് ചോദി ക്കണമെന്നുണ്ടായിരുന്നു. എന്തോ, നന്ദൻ ശ്രീബാലയെ ശ്രദ്ധിക്കാതെ റോഡിലേക്ക് തന്നെ നോക്കി ഓടിക്കുകയാണ്.

ഒടുവിൽ ഇരുട്ടുമാത്രം കൊഴുത്തുകിടക്കുന്ന ഒരു മൈതാനത്തിനു നടുവിൽ കാർ നിർത്തി നന്ദൻ മിണ്ടിത്തുടങ്ങി.

"അല്ലാ.... സത്യത്തിൽ നമ്മൾ തമ്മിൽ നമ്മൾ കരുതിയ പോലെ ഒരു പ്രണയമുണ്ടായിരുന്നോ?"

ഉത്തരം പറയാനാവാതെ ശ്രീബാല ദൂരേക്ക് നോക്കി. ഒരു വെളിച്ച പ്പൊട്ടുപോലും കണ്ണെത്തും ദൂരത്തില്ല.

വെറുതേ അങ്ങോട്ടും ഇങ്ങോട്ടും നടന്നുകൊണ്ട് നന്ദൻ തുടർന്നു.

"പരാജയപ്പെട്ട ഒരു നാടകനടന്റെയും പാവപ്പെട്ട ഒരു തൊഴിലാളി സ്ത്രീയുടേയും മകനായ എന്റെ ദയനീയ ജീവിതത്തെ, എനിക്ക് സ്വപ്നം കാണാനാവാത്തവിധം കീഴ്മേൽ മറിച്ച ആളാ ശ്രീബാല. അന്നു സത്യത്തിൽ ഞാനാകെ അമ്പരന്നു പോയിരുന്നു. ശ്രീബാലയെ പോലെ ഒരാൾ എന്തിന് അതു ചെയ്യണം? എനിക്ക് എത്രയോ നാൾ ഉത്തരം കിട്ടിയില്ല. പിന്നെ ഞാനും ധരിച്ചു. ഇതാണ് കഥകളിൽ മാത്രം വായിച്ചി ട്ടുള്ള, കണ്ടിട്ടുള്ള സ്വപ്നം പോലുള്ള പ്രണയം.

ശ്രീബാലയുടെ കഥയും ഏതാണ്ട് ഇതുതന്നെയാണെന്നാണ് ഇപ്പോൾ ഞാൻ കരുതുന്നത് - ഒരു ചരടുമില്ലാതെ, ആകാശത്തെ പട്ട മാവാൻ കൊതിച്ച പെൺകുട്ടി സദാ നിയന്ത്രിക്കപ്പെടുന്നു. ഇഷ്ട മില്ലാത്തതു മാത്രം ചെയ്യാൻ നിർബന്ധിക്കപ്പെടുന്നു. അപ്പോൾ എതിർ ലിംഗത്തിൽ പെട്ട ഒരാളോട് തോന്നിയ കൗതുകം, സഹതാപം, കുസൃതി- അത് ശ്രീബാലയും പ്രണയമായി സ്വപ്നം കണ്ടു. സത്യത്തിൽ നമ്മുടെ നിസ്സഹായതകളിൽ നിന്ന്, ഇല്ലാത്ത ഒരു നിറംകൊണ്ടു നാം ജീവിതം വരക്കുകയായിരുന്നു."

ശേഷം നന്ദൻ ഒരു സിഗരറ്റിനു തീ കൊളുത്തി.

അയാൾ എന്നുമുതലാണ് ഈ ശീലം തുടങ്ങിയത്? അവൾക്കറിയില്ലാ യിരുന്നു.

"അതുകൊണ്ടാവാം ശ്രീബാലാ, ആദ്യത്തെ ആറു മാസത്തിനുശേഷം നമുക്കിടയിൽ നിശ്ശബ്ദത ഒരു മതിൽപോലെ ഉയർന്നുവന്നത്. എനിക്ക് നിന്നോടും നിനക്കെന്നോടും സംസാരിക്കാൻ വളരെ വേഗം വിഷയ ങ്ങളില്ലാതെയായി. നമ്മളെത്രയോ ചെറുപ്പമായിരുന്നിട്ടും നിന്റെ ശരീരം എന്നെയോ, എന്റെ ശരീരം നിന്നെയോ തീ പിടിപ്പിച്ചില്ല. കെട്ടടങ്ങിയ ഒരു തീക്കുണ്ഡത്തിനു സാക്ഷി നിൽക്കും പോലായിരുന്നു മിക്കപ്പോഴും നമ്മൾ."

ശ്രീബാലയ്ക്ക് നന്ദനെ കുറ്റപ്പെടുത്താൻ തോന്നിയില്ല- മറുത്തൊന്നും പറയാനും. നന്ദൻ പറയുന്നതിലെല്ലാം സത്യത്തിന്റെ മൂർച്ചയുള്ള സ്ഫടികത്തരികളുണ്ട്.

"അതുകൊണ്ടാവാം ഷൂട്ട് കഴിഞ്ഞാലും എനിക്ക് നിന്റെ അരികി ലേക്ക് വരാൻ തോന്നാതിരുന്നത്. നാം വ്യാഖ്യാനിച്ച നമ്മുടെ പ്രണയം യാഥാർത്ഥ്യത്തിന്റെ കണ്ണാടി കാണുകയായിരുന്നു അപ്പോൾ. അല്ലെങ്കിൽ ഞാൻ എവിടെയാണെങ്കിലും നീ എന്നെ തേടി പുറപ്പെടുമായിരുന്നു. അതായത് എനിക്ക് നിന്നെ മിസ് ചെയ്യാത്തതു പോലെ നിനക്കെന്നെയും മിസ് ചെയ്തില്ല. ഇനി ഒരുപക്ഷേ എന്റെ ക്രൂരമായ അവഗണന ഒരു സുഖമായി സ്വീകരിക്കാൻ, അതിൽ നിഗൂഢമായ ആനന്ദം കണ്ടെത്താൻ നീയും പഠിച്ചിരുന്നിരിക്കാം."

ആ വാക്കുകൾക്ക് മുന്നിൽ ശ്രീബാല നെറുക മുതൽ പെരുവിരൽ വരെ പതറി. ശരിയാണോ? നന്ദന്റെ നിരാസത്തിനു മുന്നിൽ ആനന്ദി ക്കുന്ന ഒരാളെ താൻ ഗർഭം ധരിച്ചിരുന്നോ?

അല്ലെന്ന് എങ്ങനെയാണ് പറയുക? സ്വയം വേദനിക്കുന്നതിൽ, ഒരു ഇരയായി തീരുന്നതിൽ അകക്കാമ്പിൽ ഇത്തിരി സന്തോഷം താൻ നുണ ഞ്ഞിരുന്നില്ലേ?

"ഇതൊക്കെ കൊണ്ട് നീ വീണ്ടും സിനിമയിൽ അഭിനയിക്കാനുള്ള തീരുമാനം എടുത്തപ്പോൾ, അതു എന്നെ അറിയിക്കുക പോലും ചെയ്യാതിരുന്നപ്പോൾ എനിക്ക് അമ്പരപ്പൊന്നും തോന്നിയില്ല. പിന്നെ ഒന്നു വിളിക്കാമായിരുന്നു എന്ന സ്വാഭാവികമായ പരാതി. പിന്നെ ആലോചിച്ചപ്പോൾ അതിലും കാര്യമില്ല എന്നു ഞാനുറച്ചു. എന്തെന്നാൽ എനിക്കറിയാം എന്റെ കണ്ണാടിയിൽ ഒരു നല്ല മനുഷ്യനില്ല. ശ്രീബാല ഇങ്ങനെ ഒക്കെ ആയിത്തീർന്നിട്ടുണ്ടെങ്കിൽ അത് ശ്രീബാല മാത്രം കാരണമല്ല, അത് എന്റെ കൂടി പിഴവാണ്. രാവു മുഴുവൻ നാടകം കളിച്ച് തിരിച്ചുവന്നാലും അമ്മയ്ക്ക് കറിക്കരിഞ്ഞുകൊടുക്കുന്ന ഒരു പാവം മനുഷ്യനെ കണ്ടാണ് ഞാൻ വളർന്നത്. അങ്ങനെ ഒരു ഭർത്താവ്. അതിന്റെ നാലിൽ ഒന്നെങ്കിലും ആവാൻ എനിക്ക് കഴിഞ്ഞില്ല, അതിനു ഞാൻ ശ്രമിച്ചതു പോലുമില്ല. ഇപ്പോൾ അതെന്തേ എന്നു ഞാൻ എന്നോട് ചോദിക്കുകയാണ്. അതുകൊണ്ടാണ് ഞാൻ തിരിച്ചുവന്നത്. ഇവിടെ ഇങ്ങനെ നിൽക്കുന്നത്."

ശ്രീബാല നന്ദനെ തറപ്പിച്ചു നോക്കി - ഒരു നാട്യവുമില്ലാതെയാണ് നന്ദൻ സംസാരിക്കുന്നത്.

"ഞാൻ വിചാരിക്കുന്നു- ഞാൻ ഒന്നുകൂടി ശ്രമിച്ചു നോക്കിയാലോന്ന്. ആദ്യം മുതൽ എല്ലാം നമുക്ക് ആരംഭിച്ചാലോന്ന്."

അപ്പോൾ അറിയാതെ ശ്രീബാല ചോദിച്ചു.

"അതിനു നമ്മൾ ഔദ്യോഗികമായി പിരിഞ്ഞിട്ടില്ലല്ലോ നന്ദൻ."

"ആ വാക്ക് മാത്രമാണ് സത്യം.

ഔദ്യോഗികമായി പിരിഞ്ഞിട്ടില്ല.....

സത്യത്തിൽ നമുക്ക് ശരിക്കും പിരിയാതിരിക്കാൻ ഒന്നു ശ്രമിച്ചു നോക്കിക്കൂടേ... ഞാൻ കഴിയുന്നത്ര ഒന്നിച്ചുണ്ടാവും... ജീവിതത്തിൽ മാത്രമല്ല ഇവിടെ പോലും...

അങ്ങനെ ഒക്കെ വേണേ നമുക്കാലോചിക്കാം..."

ശ്രീബാലയ്ക്ക് ഒന്നും പിടികിട്ടിയില്ല."

നന്ദൻ വീണ്ടും അവളുടെ കൈപിടിച്ചു പറഞ്ഞു. "ചിലപ്പോൾ ഇങ്ങനെ ഒക്കെയാവും നമ്മുടെ ജീവിതത്തിന് അർത്ഥമുണ്ടാകുന്നത്."

ദൂരെ മിന്നാമിനുങ്ങുകളുടെ ഒരു കൂട്ടം പൊടുന്നനെ പ്രത്യക്ഷപ്പെട്ടു. ശ്രീബാല അതു നോക്കി അങ്ങനെ നിന്നു.

നന്ദനിൽ നിന്നു തിരിച്ചെത്തി ഉറങ്ങാൻ ഭാവിക്കവേ ശ്രീബാലയുടെ മൊബൈൽ ശബ്ദിച്ചു.

ആരാണ് ഈ നേരത്ത്? വീണ്ടും നന്ദനാകുമോ?

സ്ക്രീനിൽ ആബിദയുടെ പേർ തെളിഞ്ഞു. ഉടൻ ഊഹിച്ചു - അവളുടെ ഒപ്പം ഇന്ദുവും അനിതയും ഉണ്ടാകും.

വീണ്ടും കണ്ടതു മുതൽ ഈ കൂട്ടുകാരികൾ ഇങ്ങനെ ബന്ധപ്പെടാറുണ്ട് - കടലിനക്കരെ നിന്ന്.

"എന്താ ആബിദാ"

"ഞങ്ങളാകെ ഡിസ്റ്റർബ്ഡാ ബാലാ."

"കാര്യം പറയൂ"

"നീ വീണ്ടും അഭിനയിക്കുന്ന വാർത്തകളേക്കാൾ ഇവിടെ പറന്നു നടക്കുന്നത് നിന്റെ വിവാഹം തകർച്ചയിലാണെന്ന വർത്തമാനമാ."

ഫോൺ പിടിച്ചുവാങ്ങിച്ചു ഇന്ദു പറഞ്ഞു. "ഞങ്ങളുടെ വീട്ടുകാർ വിരൽ ചൂണ്ടുന്നതു ഇപ്പോ ഞങ്ങളുടെ നേർക്കാ."

പിന്നെ അനിതയുടെ ഊഴമായിരുന്നു. "അങ്ങനെയാണോ ബാലാ?"

ശ്രീബാല ഒരു നിമിഷം മൗനത്തിലേക്ക് പിടഞ്ഞുവീണു.

അന്ന് ആ മറുനാടൻ നഗരത്തിൽ നടത്തിയ കാർ യാത്രയ്ക്ക് ശേഷം ഫോണിൽ ആബിദയും ഇന്ദുവും ശ്രീബാലയെ നിരന്തരം വിളിക്കുമായിരുന്നു. ശ്രീബാലയുടെ ജീവിതത്തിൽ എന്തോ ശൂന്യതയുണ്ടെന്നും അതു നികത്താൻ ആ വർത്തമാനങ്ങൾ സഹായിക്കുമെന്നും ആ കൂട്ടുകാരികൾ നിനച്ചു. അതാ വിളികൾക്കു പ്രേരണയുമായി.

പൊടുന്നനെ ഒരു ദിവസമാണ് ആബിദ ചോദിക്കുന്നത്. "നമുക്കെല്ലാർക്കും ഒന്നു കൂടിയാലോ ബാലാ?"

ശ്രീബാല വിചാരിച്ചത് അവർ ആ നാല് ബാക്ക് ബെഞ്ചുകാർ ഒന്നിച്ചുകൂടുന്നു എന്നു മാത്രമാണ്. ആബിദ ആസൂത്രണം ചെയ്തത് അതല്ല. അന്നത്തെ പ്രീ-ഡിഗ്രി ക്ലാസുകാരുടെ മുഴുവൻ ഒരു ഗെറ്റ് ടുഗദർ.

അത് പ്രായോഗികമാണോ, എല്ലാവരും പലവഴിക്ക് ചിതറിപ്പോയില്ലേ എന്നു ശ്രീബാല സംശയിച്ചു.

ഇന്ദു പറഞ്ഞു. "എല്ലാവരെയും കണ്ടെത്താനും തടുത്തു കൂട്ടാനും രണ്ട് ഘടകങ്ങൾ നമ്മെ സഹായിക്കും. ഒന്നു ശ്രീബാലാ- നീ തന്നെ. രണ്ടാമത്തേത് എഫ്.ബി"

ശ്രീബാലയ്ക്ക് മനസ്സിലായില്ല.

അനിത വിശദീകരിച്ചു. "നീ അന്നേ ഒരു സെലിബ്രിറ്റി ആയതുകൊണ്ട് നമ്മുടെ ബാച്ചിലെ ആരും നിന്നെ മറന്നിരിക്കില്ല. ഫെയ്സ് ബുക്കിൽ

നിന്റെ ക്ലാസ്മേറ്റ്സിന്റെ സംഗമം എന്നൊരു പോസ്റ്റിട്ടാൽ തന്നെ എല്ലാവരും സ്വയം മുന്നോട്ടുവരും - ഒന്നിച്ചുകൂടാൻ."

അവരുടെ ആ കണക്കുകൂട്ടൽ കൃത്യമായിരുന്നു.

എത്രയോ വർഷങ്ങൾക്ക് മുൻപ് ഒന്നിച്ച് ക്ലാസുമുറിവിട്ട സഹപാഠികൾ, പിന്നീടൊരിക്കൽ പോലും തമ്മിൽ കണ്ടിട്ടില്ലാത്തവർ പോലും ആ സംഗമത്തിൽ പങ്കെടുക്കാൻ സ്വയം താത്പര്യം പ്രകടിപ്പിച്ചുകൊണ്ട് അങ്ങോട്ടും ഇങ്ങോട്ടും സന്ദേശങ്ങളയച്ചു. അവരോടെല്ലാം ആബിദയും ഇന്ദുവും അനിതയും ഒരു കാര്യം കർശനമായി പറഞ്ഞു- "നമുക്കറിയാത്ത സ്വകാര്യതകൾ ശ്രീബാലയ്ക്ക് ഉണ്ടാകാം. ഞങ്ങളോടും അവൾ അതൊന്നും പങ്കുവെച്ചിട്ടില്ല. ഞങ്ങൾക്കതു ചോദിക്കാനും തോന്നിയിട്ടില്ല. എന്നെങ്കിലും ബാല അതു പറയുമെങ്കിൽ തങ്ങളതു കേൾക്കും. നിങ്ങളും ആ നിലപാടേ എടുക്കാവൂ. അവൾ നമ്മുടെ പഴയ സഹപാഠിയാണ്. അവളുടെ സ്വകാര്യത നമ്മൾ മാനിക്കണം. അതിലേക്ക് നാം കഴുത്തു നീട്ടരുത്."

ആരും അതിനോട് വിയോജിച്ചില്ല.

അന്നത്തെ ബാച്ചിൽ പത്തോ പന്ത്രണ്ടോ പേരൊഴിച്ച് എല്ലാവരും അങ്ങനെ ഒത്തുകൂടി.

വർഷങ്ങൾ കീഴ്മേൽ മറിച്ച കാമ്പസിനകത്തുനിന്നു പഴയ കാമ്പസിനെ വേർതിരിച്ചെടുക്കാൻ ഓരോരുത്തരും ശ്രമിച്ചു. ഒരിക്കൽ അവരിരുന്ന തണലിടങ്ങൾ- അവ ഇന്നില്ല. എന്നാലും അതിവിടെയായിരുന്നല്ലോ എന്നവർ കൈചൂണ്ടി. ആ തണലിന്റെ തുണ്ട് ഹൃദയത്തിൽ ബാക്കിയുള്ളത് അറിഞ്ഞു കരഞ്ഞു. അന്ന് അവർ സൗഹൃദം പങ്കുവെച്ച കാന്റീൻ, ഇടനാഴികൾ- അങ്ങനെയെല്ലാം മാറിയിരുന്നു. എന്നാലും അവർ പഴയ കാഴ്ചകൾ തന്നെ ആത്മാവുകൊണ്ട് കണ്ടു.

കുട്ടികളായിരിക്കുകയാണ് ജീവിതത്തിലെ ഏറ്റവും ഹൃദ്യമായ കാലമെന്ന് ഓരോരുത്തരും പരസ്പരം പറഞ്ഞു.

ആ കാമ്പസ് തന്റെ ഓർമയിലെ വലിയ പച്ചപ്പ് അല്ലാതിരുന്നിട്ടും ശ്രീബാലയും ഗൃഹാതുരത്വത്തിൽ വീണു.

ഒടുവിൽ ആ പഴയ ക്ലാസിൽ തന്നെ ഒന്നിച്ചിരുന്നു. ഓരോരുത്തരായി തങ്ങളുടെ ഓർമകൾ പുറത്തെടുത്തു. പരസ്പരം വിളിച്ചിരുന്ന ഇരട്ടപ്പേരുകൾ പുറത്തേക്ക് ചിതറി വീണപ്പോഴാണ് ഏറ്റവും വലിയ ചിരി ഉയർന്നത്.

പിന്നെ ശ്രീബാലയുടെ ഊഴമായി. ഇനി ശ്രീബാല വേണം തന്റെ ഓർമകൾ പങ്കുവെക്കാൻ - ആബിദയ്ക്കും അനിതയ്ക്കും ഇന്ദുവിനും അപ്പുറം വലിയ സ്മരണകളൊന്നും തനിക്കില്ലെന്ന് താനെങ്ങനെ പറയുമെന്നും ശ്രീബാല വിഷമിച്ചു.

ആ നിമിഷം ആബിദ എഴുന്നേറ്റു നിന്നു. "ശ്രീബാല ഒന്നും പറയണ്ട. പാടിയാൽ മതി."

"പാടാനോ, ഞാനോ?"

"അതെ; ഒരിക്കൽ പാടാൻ കൊതിച്ച ഒരു പാട്ടില്ലേ. എന്നിട്ടും പാടാ നാവാതെ പോയ പാട്ട്." ഇന്ദുവും ചാടിയെഴുന്നേറ്റു.

"ഏഴു സുന്ദര രാത്രികൾ.... ഏകാന്ത സുന്ദര രാത്രികൾ" അനിത ഓർമിപ്പിച്ചു.

"അല്ല... അത്... മാത്രമല്ല അതിനുശേഷം ഞാൻ ഒരു മൂളിപ്പാട്ടുപോലും പാടിയിട്ടില്ല."

ഒരു നിമിഷം ക്ലാസ് നിശ്ശബ്ദമായി. പിന്നെ ആ ക്ലാസ് ഒന്നടങ്കം പാടി.

"ഏഴു സുന്ദര രാത്രികൾ
ഏകാന്ത സുന്ദര രാത്രികൾ
വികാര തരളിത രാത്രികൾ"

ആ പാട്ടിനിടയ്ക്ക് ആബിദ ഒച്ചവെച്ചു. "കൂടെപ്പാടൂ പാടൂ ബാലാ... പ്ലീസ്... പ്ലീസ്... കൂടെപ്പാടൂ... നല്ല കുട്ടിയല്ലേ കൂടെപ്പാടൂ."

ഒരു നിമിഷം ശ്രീബാല കണ്ണടച്ചു. തന്റെ ക്ലാസ് ഒന്നിച്ചു നിന്നു തനിക്കുവേണ്ടി ഒരു ഗാനമാകുന്നത് അവളറിഞ്ഞു.

പിന്നെ ശ്രീബാല പോലും അറിയാതെ ശ്രീബാലയുടെ ഉള്ളിന്റെ ഉള്ള് പാടി.

"ഏഴു സുന്ദര രാത്രികൾ
ഏകാന്ത സുന്ദര രാത്രികൾ
വികാര തരളിത രാത്രികൾ
വിവാഹ പൂർവ രാത്രികൾ"
ഇനി ഏഴു സുന്ദര രാത്രികൾ

വയലാറും ദേവരാജൻ മാഷും സുശീലാമ്മയും അനശ്വരമാക്കിയ ആ മധുരഗാനം ഉള്ളിലുറഞ്ഞ കണ്ണീരുകൊണ്ട് ശ്രീബാല, മറ്റൊരു രീതി യിൽ, മറ്റൊരു തലത്തിൽ പാടി. അതോടെ മറ്റുള്ളവർ പാട്ടു നിർത്തി.

ഓരോരുത്തരുടെയും ഹൃദയത്തെ തൊട്ട് പാട്ട് അവസാനിപ്പിക്കു മ്പോഴാണ് ശ്രീബാല അതറിഞ്ഞതെന്നു മാത്രം.

ശേഷം കാതടപ്പിക്കുന്ന കയ്യടി മുഴങ്ങി. ആ നിമിഷം ശ്രീബാല ഉള്ളു പൊട്ടിക്കരഞ്ഞു. അതുകണ്ട് ആബിദയും അനിതയും ഇന്ദുവും ഓടി ച്ചെന്ന് അവളെ ആഞ്ഞു പുണർന്നു ആശ്വസിപ്പിച്ചു. "സാരമില്ലെടാ... സാരമില്ലെടാ."

ശ്രീബാല പക്ഷേ പിന്നെയും പിന്നെയും കരഞ്ഞു. മറ്റുള്ളവർക്ക് ഒന്നും മനസ്സിലായില്ലെങ്കിലും ശ്രീബാല തിരിച്ചറിഞ്ഞു - കൂട്ടുകാരികൾ എന്തിനാണ് ഇതൊക്കെ സംഘടിപ്പിച്ചത്... അത് ഈ നിമിഷത്തിന്, ഈ നിമിഷത്തിനു വേണ്ടി മാത്രം. അവളും അവരെ മുറുക്കെ കെട്ടി പ്പിടിച്ചു.

ആ ആലാപനത്തിനുശേഷം അനേകം മൂളിപ്പാട്ടുകൾ അനായാസം ശ്രീബാലയുടെ ചുണ്ടിൽ വിരുന്നു വന്നു. അവളിൽ പടർന്നിരുന്ന മൗനം എങ്ങോ ഊർന്നുപോയി. നന്ദനോടായാലും ചിലപ്പോഴെല്ലാം അവൾ പിന്നെ തന്റെ ചില ഇഷ്ടങ്ങൾ വെളിപ്പെടുത്തി. നന്ദനതു കേൾക്കാൻ സമയമുണ്ടായില്ലെന്നതു നേര്. ആ നാളുകളിലാണ് ഒരു കഥ കേൾക്കാമോ എന്നു പ്രശാന്ത് ചോദിക്കുന്നത്. കേൾക്കാമെന്നും പിന്നീട് അഭിനയിക്കാമെന്നും അവൾ തീരുമാനിക്കുന്നതും പിന്നാലെ.

ആ തീരുമാനങ്ങൾ എടുക്കുമ്പോഴെല്ലാം ശ്രീബാല ഏതെങ്കിലും മൂളിപ്പാട്ടിന്റെ ഈണത്തിലായിരുന്നു.... സത്യം.

എന്നാലും ഇപ്പോൾ ആബിദയോടും ഇന്ദുവിനോടും അനിതയോടും ശ്രീബാല പറഞ്ഞു. "ഒന്നിനും നിങ്ങളല്ല കാരണം. ജീവിതം എന്നെ എവിടെയൊക്കെയോ നടത്തിക്കൊണ്ടുപോകുന്നു. അത്രമാത്രം. പിന്നെ നന്ദൻ ഇപ്പോൾ ഒന്നുകൂടി ഒന്നിച്ചു ജീവിച്ചു നോക്കാം, ഒന്നുകൂടി ശ്രമിക്കാം നമുക്ക് എന്നു പറഞ്ഞുവെച്ചതേയുള്ളൂ."

"എന്നിട്ട് നീയെന്ത് പറഞ്ഞു?"

"നിങ്ങളാരും പേടിക്കുകയേ വേണ്ട."

ശ്രീബാല പിന്നെ ഫോൺ വെച്ചു.

അപ്പോഴും ശ്രീബാല ശ്രീബാലയെ കണ്ടു - അന്ന് ആ ക്ലാസിൽ പാട്ടുപാടി തീർത്തു പൊട്ടിക്കരയുന്ന ശ്രീബാലയെ.

"ആ സ്ത്രീയാണ് സ്ത്രീ - നേരുള്ള സ്ത്രീ." ശ്രീബാല പിറുപിറുത്തു. "അവരുടെ നേര് മറ്റാർക്കുമില്ല."

അവൾ ഉറക്കെ പറയാൻ മോഹിച്ചു.

സിനിമയിൽ രഹസ്യങ്ങളില്ല എന്ന ചൊല്ല് എത്ര ശരി?

തലേന്ന് നന്ദകുമാർ എത്തിയതും ശ്രീബാലയുമായി ഡ്രൈവിനു പോയതും ഒക്കെ അന്നു ലൊക്കേഷനിൽ എല്ലാവരും പരസ്പരം മന്ത്രിച്ചു. അവർ വീണ്ടും അടുക്കുകയാണോ അതോ ഇനി വിവാഹ മോചനത്തിലേക്കാണോ എന്ന ചോദ്യമാണ് എവിടെയും പൂച്ചയെപോലെ പതിയിരുന്നത്.

പ്രശാന്ത് അതു ശ്രദ്ധിച്ചതേയില്ല- അതവരുടെ വ്യക്തിപരമായ കാര്യമാണ്. അവർ വീണ്ടും ജീവിച്ചാൽ നല്ലത്. സന്തോഷം. നന്ദകുമാർ വ്യക്തിത്വമില്ലാത്ത ഒരാളല്ല. അയാൾ അതിനുവേണ്ടി ശ്രമിക്കുമായിരിക്കും. അയാളുടെ ഭാഗത്തുനിന്ന് അങ്ങനെയൊരു യത്നമുണ്ടായാൽ ശ്രീബാലയും അകലുകയില്ല.

മറിച്ചായാലും നന്ദനെയോ ശ്രീബാലയെയോ കുറ്റപ്പെടുത്താനില്ല. ഇക്കാലത്ത് എന്നോ വിവാഹമോചിതരായി വിജയകരമായി ദാമ്പത്യ ജീവിതം നയിക്കുന്നവരാണ് മിക്ക ഇണകളും. പൊതുജനമധ്യത്തിൽ

ഒരു വീട്ടിൽ, ഒരു കിടക്കയിൽ കഴിയുകയാവാം അവർ. എന്നാലും കാതങ്ങൾ അകലെയാണ് അവരുടെ മനസ്സ്. എവിടെയോ വെച്ചു കണ്ടു മറന്ന പരിചയക്കാർ വീണ്ടും കാണുമ്പോഴുള്ള പാരസ്പര്യം പോലും അവർക്കിടയിൽ ഉണ്ടാകണമെന്നില്ല. ജലജ ചിലപ്പോൾ പറയും പോലെ കുഞ്ഞുങ്ങൾക്ക് വേണ്ടിയുള്ള സമാധാന ഉടമ്പടി മാത്രമായിട്ടുണ്ട് ദാമ്പത്യം. അത്തരം ഉത്തരവാദിത്വങ്ങളില്ലാത്ത നന്ദനും ശ്രീബാലയ്ക്കും എന്തും തീരുമാനിക്കാം. അത് ഇരുവർക്കും ആരോഗ്യകരമാണെങ്കിൽ.

പിന്നെ വിവാഹമോചനം ഇരുവരുടെയും താരമൂല്യത്തെ എങ്ങനെ ബാധിക്കും എന്നത് അറിഞ്ഞുകൂടാ. ആരാണ് കഥയിലെ വില്ലൻ എന്നാവാം ഗോസിപ്പു കോളങ്ങൾ അന്വേഷിക്കുക. അങ്ങനെ ഒരാളെ തിരഞ്ഞെടുത്താൽ അയാളെ പരമാവധി കറുത്ത മഷിയാൽ അഭിഷേകം ചെയ്യുകയാണ് അടുത്ത നടപടി. അതൊരു താരത്തിന്റെ മാർക്കറ്റ് ഇടിച്ചേക്കാം. അങ്ങനെ സംഭവിച്ചിട്ടുണ്ട് പലപ്പോഴും.

അങ്ങനെ കരിയർ തകർന്നുപോയ ഒരു നടൻ ഒരിക്കൽ പ്രശാന്തിനോട് പറഞ്ഞിട്ടുണ്ട്. "മലയാളി, അഭിനേതാവിന്റെ കണ്ണുകളിലേക്കല്ല, കിടപ്പറയിലാണ് ഉറ്റുനോക്കുന്നത്. അവിടെയും മലയാളിക്ക് ഹിപ്പോക്രസിയുണ്ട്. അവരുടെ പ്രിയപ്പെട്ട നടൻ എത്ര സ്ത്രീകളെ കിടപ്പറയിലേക്ക് ആനയിക്കുന്നോ, അതത്രയും ആ നടന്റെ മിടുക്ക്. വേറൊരു നടനാണ് അതു തന്നെ ചെയ്യുന്നതെങ്കിൽ അത് അയാളുടെ പിഴ."

ഒരാളോട് ഒരിക്കൽ സ്നേഹം തോന്നുകയും പിന്നീടത് വാടിപ്പോവുകയും ചെയ്യുക അസ്വാഭാവികമല്ല എന്നെങ്ങനെ പറയും? കൗമാരത്തിലെ ഊഷ്മളമായ അടുപ്പം ഇന്ന് തനിക്കും ജലജയ്ക്കും ഇടയിലുണ്ടോ? അതെന്നേ വാടിപ്പോയി. ഇനി അതു തളിർത്തു കൂടെന്നുമില്ല. അത് ചുറ്റുപാടുകളും ജീവിതവും ഇരുവരെയും വീണ്ടും ഒരിടത്തേക്ക് കൊണ്ടു ചെന്നെത്തിച്ചാൽ സംഭവിക്കുമായിരിക്കും. തങ്ങൾക്കിടയിൽ അതിനു സാധ്യത വിരളം. നന്ദനും ശ്രീബാലയ്ക്കുമിടയിൽ അങ്ങനെയല്ല. തമ്മിൽ കാണാനും ഇടപഴകാനും സാധ്യത കൂടുതലുള്ളവരാണ് അവർ. പിന്നെ കാതലായ പ്രശ്നങ്ങൾ അവർക്കിടയിലുള്ളതായി കേട്ടിട്ടില്ല. അതുകൊണ്ട് ഒരാൾ ഒടുവിൽ കരിയാൽ അഭിഷേകം ചെയ്യപ്പെടാതിരിക്കട്ടെ. അവരൊന്നിച്ചു തന്നെ ജീവിക്കട്ടെ.

അങ്ങനെ ആലോചിച്ചുകൊണ്ട് പ്രശാന്ത് ഷോട്ട് എടുക്കുകയായിരുന്നു- സുനന്ദയുമായി കറങ്ങിനടക്കുന്നതിന് ആൻമരിയയെ സുനന്ദയുടെ ഭർത്താവ് ചീത്തപറയുന്ന രംഗമായിരുന്നു അത്. അതു സിനിമയിൽ നിർണായകമായ ഒരു നിമിഷമാണ്. സുനന്ദയുടെ ഭർത്താവിന് അവരോട് കലഹിക്കാം. ഭാര്യയുടെ കൂട്ടുകാരിയുടെ സ്വാതന്ത്ര്യത്തിലേക്ക്..... അതും തികച്ചും അധികാര സ്വരത്തിൽ... അതു പാടില്ല. എന്നിട്ടും അയാൾ കലഹിക്കുന്നു. സുചിത്രയുടെ പ്രതികരണം ഇവിടെ പ്രധാനമാണ്.

ഏഴ്

സുചിത്ര അതു നന്നായി ചെയ്തു. ഓരോ വർഷം കഴിയുംതോറും അവർ കൂടുതൽ പക്വതയുള്ള നടിയായി തീരുകയാണ്. വ്യക്തിജീവിതത്തിൽ അവർക്ക് അവരുടേതായ ഒരു വഴിയുണ്ട്. അത് മറച്ചുവെക്കാനും അവർ ശ്രമിക്കാറില്ല. ഒരു പ്രൊഫഷണൽ എന്ന നിലയിൽ താൻ എന്ത് എന്ന് നിങ്ങൾ വിലയിരുത്തിയാൽ മതി എന്നാണ് അവർ ഇൻഡസ്ട്രിയോട് പറയാറുള്ളത്. അല്ലാതെ എന്റെ കിടപ്പറയിൽ എന്തു നടക്കുന്നു എന്ന് ഒളിഞ്ഞുനോക്കാനുള്ള സ്വാതന്ത്ര്യം ഞാൻ ഈ വ്യവസായത്തിനോ കാണികൾക്കോ നൽകിയിട്ടില്ല എന്നവർ പറയും. അവരുടെ ആ ചങ്കൂറ്റം പെർഫോമൻസിലുമുണ്ട്. തന്നെ വെളിവാക്കുംപോലെ അവർ രംഗങ്ങളുമായി ഇഴുകിച്ചേരുന്നു. ഇത് പ്രതീക്ഷിച്ചതു ശ്രീബാലയിൽ നിന്നാണ്. മെച്ചപ്പെട്ടിട്ടുണ്ടെങ്കിലും അവർ ഇതുവരെയും സുചിത്രയുടെ നിലവാരത്തിൽ എത്തിയിട്ടില്ല.

സീൻ കഴിഞ്ഞ് അടുത്ത രംഗത്തിനുള്ള ഒരുക്കങ്ങൾ നടത്തവേ സുചിത്ര കാത്തുനിന്നത്, പഴയ ഒരു ആവശ്യം ആവർത്തിക്കാനാണെന്ന് തോന്നി - പ്രശാന്തിനു വഴങ്ങാൻ താത്പര്യമില്ലാത്ത ആവശ്യം.

പക്ഷേ ഒരു ചിരിയോടെ അവർ പറഞ്ഞു. “എന്നെ വേണ്ടാത്ത ആളെ എനിക്ക് തീരെ വേണ്ട. നിനക്ക് ഞാൻ തൃണമാണെങ്കിൽ, നീയെനിക്ക് വൈക്കോലാണ്.”

ആ തമാശ ആസ്വദിച്ച് പ്രശാന്ത് പൊട്ടിച്ചിരിച്ചു.

“കാര്യം അതല്ല ഡയറക്ടർ സാർ. ഇന്നലത്തെ നന്ദന്റെ വരവ് ചിലപ്പോ നിങ്ങളെ പിടിച്ചു കുലുക്കിയേക്കും. നോക്കിക്കോളൂ.”

“അതെന്തേ” എന്നു പ്രശാന്ത് ചോദിക്കും മുമ്പേ “കാത്തിരുന്നു കാണൂ” എന്നൊരു താക്കീതോടെ സുചിത്ര അവിടെ നിന്നു മറഞ്ഞു.

അതിനുശേഷം എടുത്ത സീനിൽ പ്രശാന്തിനു അത്ര ശ്രദ്ധ കേന്ദ്രീകരിക്കാനായില്ല. ഒ.കെ ടെയ്ക്കുകൾ ഒ.കെ അല്ലെന്നു വിളിച്ചുപറഞ്ഞു. ഒ.കെ അല്ലാത്തവ ഒ.കെ വെച്ചു ഇടയ്ക്ക് ക്യാമറാമാൻ അനീഷ്ലാൽ പിടിച്ചുമാറ്റി നിർത്തി ചോദിച്ചു. “എന്തു പറ്റി? സുഖമില്ലേ? അതോ ടെൻഷൻ വല്ലതുമുണ്ടോ?”

പ്രശാന്ത് ഒന്നും പറഞ്ഞില്ല.

“എന്തായാലും വറീഡാവാതെ. ആദ്യ ചിത്രമാണ്. നാലു ചുറ്റും കണ്ണുകളാ. നിസ്സാരമായ പിഴവുകൾ വരെ ആളുകൾ പർവതീകരിക്കും. കഴിവു കെട്ടവൻ എന്നു മുദ്രയടിക്കും.”

ശരിയാണ്. ഒരു പുതുമുഖ സംവിധായകന്റെ വിധി അതാണ്. അയാളുടെ ഒരു തെറ്റും ക്ഷമിക്കപ്പെടുകയില്ല. അവ എല്ലാം ഇരട്ടിയായി ഉടൻ മൊബൈൽ ഫോണുകളിൽ നിന്നു മൊബൈൽ ഫോണുകളിലേക്ക് വാക്കുകളായും മെസേജായും പ്രവഹിക്കും. ചിത്രം വിജയിച്ചാൽ പോലും “കഴിവ് ഒന്നുമില്ല. എല്ലാം ക്യാമറാമാനും അസോസിയേറ്റ് ഡയറക്ടറും കൂടി ചെയ്യുകയായിരുന്നു” എന്ന പഴികൊണ്ട് ഫീൽഡ് ഔട്ട് ആയിപ്പോയ പുതുമുഖ സംവിധായകർ എത്ര? ഒരു പുതിയ സംവിധായകനെ ക്യാമറാമാനും സഹസംവിധായകനും ഒക്കെ സഹായിക്കും എന്ന ക്രെഡിറ്റ് പോലും ഇത്തരം സന്ദർഭങ്ങളിൽ അവർക്ക് ലഭിക്കാറില്ല. അതുകൊണ്ടാണ് പുതിയ ആളുകളോട് ചിത്രം ചെയ്യും മുൻപേ രംഗത്തെ പരിചയസമ്പന്നർ താക്കീത് ചെയ്യുന്നത്. “ഈ ചിത്രം ചെയ്യാനല്ല. ഇയാൾക്ക് അടുത്ത ചിത്രം കിട്ടാനായിരിക്കും വിഷമം. അതു മനസ്സിൽ വെച്ചോളൂട്ടോ.”

പ്രശാന്തിന് തന്നോടു തന്നെ വെറുപ്പ് തോന്നി. വായനയുടെ ലോകത്ത് ഒതുങ്ങിക്കൂടിയാൽ മതിയായിരുന്നു. അതുമല്ലെങ്കിൽ കഥകളും നോവലും ഒക്കെ എഴുതിക്കഴിഞ്ഞാൽ മതിയായിരുന്നു. അവിടെ എഴുത്തുകാരനും വായനക്കാരനുമേ ഉള്ളൂ. ആ എഴുത്ത് ഒരു വ്യവസായമല്ല. ഇത് കണ്ണിൽച്ചോരയില്ലാത്ത കച്ചവടമാണ്. ഇവിടെ സ്രഷ്ടാവിനും കാഴ്ചക്കാരനും ഇടയിൽ പരശ്ശതം ആളുകളുണ്ട്. ഓരോരുത്തരെയും ഒരു വേശ്യയെപോലെ സ്രഷ്ടാവ് തൃപ്തിപ്പെടുത്തണം. അല്ലെങ്കിൽ പ്രൊജക്ട് നടക്കണമെന്നില്ല. ഇനി നടന്നാലും ഇത്തരം ആളുകളുടെ വിധി നിർണയത്തിന് അയാൾ സദാ വിധേയനാണ്. വിധിക്കാൻ അർഹതയില്ലാത്തവൻ വിധിക്കുമ്പോൾ പ്രതിഭയ്ക്ക് നീതി കിട്ടണമെന്നുമില്ല. പകരം ദരിദ്ര പ്രതിഭയ്ക്ക് പട്ടും വളയും ഉപഹാരമായി ലഭിച്ചേക്കാം.

നിലനിൽപ്പിനു വേണ്ടിയുള്ള ഈ പോരാട്ടത്തിൽ ഒരാൾ എത്രയോ ഒത്തുതീർപ്പുകൾക്ക് വഴങ്ങേണ്ടിവരും. മൗലിക പ്രതിഭകളാണ് അപ്പോൾ ശ്വാസംമുട്ടുക. വിട്ടുവീഴ്ചകൾക്ക് തന്റെ ഹൃദയത്തെ വിട്ടുകൊടുക്കാൻ അയാൾക്കാവില്ല.

അയാൾ മിക്കപ്പോഴും പരാജിതനാകും. അല്ലെങ്കിലും ഇനി ഒരിക്കലും തിരിച്ചുവരില്ലെന്ന പറച്ചിലോടെ രംഗം വിടും. അങ്ങനെ ചലച്ചിത്രരംഗത്തു നിന്നു സ്വയം നിഷ്ക്രമിച്ച പ്രതിഭകൾ എത്ര?

ഇതെല്ലാം കൊണ്ടാവണം ഈ രംഗം അരപ്രതിഭകളുടെ കളി മൈതാനമാവുന്നത്. അവർക്ക് എന്തു ഒത്തുതീർന്നാലെന്ത്? നില നിൽക്കുക മാത്രമാണ് പ്രധാനം. സിനിമയാണെങ്കിൽ വിജയത്തെ

മാത്രമേ പരിഗണിക്കുകയുള്ളൂ. വിജയമുണ്ടെങ്കിൽ നിങ്ങൾക്കൊപ്പം സിനിമയുടെ ലോകമുണ്ട്. ഇല്ലെങ്കിൽ പ്രതിഭയാണെങ്കിലും നിങ്ങളെ ആദരിക്കാൻ ഈ ലോകം തയ്യാറല്ല. അതു വേഗം നിങ്ങളെ കയ്യൊഴിയും. അപ്പോൾ സിനിമ വിജയിക്കാനുള്ള സൂത്രവാക്യങ്ങൾ ഹൃദിസ്ഥമാക്കുകയാണ് പ്രധാനം. പ്രതിഭകൾ ആത്മാവിൽ നിന്നു സിനിമ സൃഷ്ടിക്കുന്നു. അരപ്രതിഭകൾ ഈ സൂത്രവാക്യങ്ങളിൽ നിന്ന് സിനിമ ഉണ്ടാക്കുന്നു.

അങ്ങനെ ഓരോ ചിന്തകളിലേക്ക് പ്രശാന്ത് തലകുത്തി വീഴവേ രാജൻപോൾ ലൊക്കേഷനിലേക്ക് വന്നു. "ഒരു ഗ്രേറ്റ് ന്യൂസുണ്ട് പ്രശാന്ത്."

അയാൾ സന്തോഷത്തോടെ ഒച്ചവെച്ചു.

"ആരെങ്കിലും സാറ്റലൈറ്റ് റൈറ്റ്സ് എടുക്കാമെന്ന് സമ്മതിച്ചോ?"

"അല്ല. ഒരാൾ നമ്മുടെ സിനിമയിൽ ഗസ്റ്റ് റോൾ ചെയ്യാമെന്ന് ഓഫർ ചെയ്തു."

"അങ്ങനെ നമ്മൾ പ്ലാൻ ചെയ്തില്ലല്ലോ രാജൻ."

"നന്ദകുമാർ സർ ഇതിങ്ങോട്ട് പറയുകയായിരുന്നു- ശ്രീബാലയോട്. അവരാ എന്നെ വിളിച്ചു പറഞ്ഞത്."

അപ്പോൾ അതാണ് സുചിത്ര സൂചിപ്പിച്ചത്.

നന്ദകുമാറിന് എന്ത് ഗസ്റ്റ് റോളാണ് നൽകുക? ശരിയാണ്. അയാൾ അഭിനയിച്ചാൽ സിനിമയുടെ എല്ലാ റൈറ്റ്സും ഉടൻ വിറ്റുപോകും. ഇപ്പോൾ ഏറ്റവും മൂല്യമുള്ള നടനാണല്ലോ? പക്ഷേ എങ്ങനെ അദ്ദേഹത്തെ ഉൾപ്പെടുത്താനാണ് ഈ കഥയിൽ.

"പ്രശാന്ത്, ഈ ചിത്രത്തിലും നമുക്കദ്ദേഹത്തെ ശ്രീബാലയുടെ ഹസ്ബന്റാക്കാം. പക്ഷേ അയാൾ നെഗറ്റീവ് ക്യാറക്ടറല്ല. ഭാര്യയുടെയും കൂട്ടുകാരിയുടെയും സൗഹൃദം മനസ്സിലാക്കുന്ന ഒരാൾ തന്നെയാവണം അദ്ദേഹം. ചിത്രത്തിന്റെ അവസാനം അദ്ദേഹം നാടകീയമായി പ്രത്യക്ഷപ്പെട്ടാൽ മതി."

"രണ്ടു പ്രശ്നങ്ങളുണ്ട് അപ്പോ നമ്മുടെ മുന്നിൽ. ഒരു നടൻ ഓൾറെഡി ശ്രീബാലയുടെ ഹസ്ബന്റായി ഒന്നു രണ്ടു സീനുകൾ അഭിനയിച്ചു കഴിഞ്ഞു."

"അയാളെ അയാളുടെ സീനുകൾ തത്ക്കാലം മാറ്റിവെച്ചു എന്നു പറഞ്ഞു വീട്ടീ വിടാം. പിന്നെ അയാൾ പതുക്കെ സത്യമറിഞ്ഞോളും."

"രണ്ടാമത് ഏറ്റവും പരിക്കേൽക്കുക എനിക്കല്ലേ- ഇതു ഞാൻ ഒട്ടും ഉദ്ദേശിക്കാത്ത ഒരു സിനിമയാവില്ലേ?"

"പക്ഷേ ബിസിനസ് സൈഡ് താൻ ആലോചിച്ചു നോക്കൂ. ലാഭമില്ലാത്ത ഒരു ചിത്രത്തിന്റെ സംവിധായകന് ആരെങ്കിലും അടുത്ത ചിത്രം തരുമോ?"

അവിടെ പ്രശാന്ത് നിശ്ശബ്ദനായി. രാജൻപോളും പരോക്ഷമായി പറയുന്നത് ഈ ചിത്രം തിയേറ്ററിൽ കളക്ട് ചെയ്യണമെന്നില്ല എന്നല്ലേ?

"ആണ്. ആണ്.... അതങ്ങനെ തന്നെയാണ്."

രാജൻപോളും പ്രശാന്തും ഇങ്ങനെ തർക്കിക്കുന്നത് തെല്ലകലെ നിന്നു കണ്ടുകൊണ്ടിരുന്ന ശ്രീബാലയിൽ വല്ലായ്മ നിറഞ്ഞു.

ആഗ്രഹിച്ചെങ്കിലും എന്തോ അതിലേക്ക് നടന്നുചെല്ലാൻ ശ്രീബാല യ്ക്ക് ആയില്ല.

ചില നിമിഷങ്ങൾ അങ്ങനെയാണ്. ജീവിതം നമ്മൾ കരുതുന്ന തിനേക്കാൾ നമ്മെ നിസ്സഹായരാക്കി മാറ്റിനിർത്തും. നാം ജീവിതത്തിന് അകത്താണോ പുറത്താണോ എന്നു നമുക്കപ്പോൾ സംശയം തോന്നു കയും ചെയ്യും.

ശ്രീബാല നന്ദനോട് മൊബൈലിൽ സംസാരിച്ചുകൊണ്ട് ഹോട്ടൽ ഇടനാ ഴിയിലൂടെ നടക്കുകയായിരുന്നു.

"എങ്ങനെയുണ്ടായിരുന്നു ഇന്നത്തെ ഷൂട്ട്."

നന്ദൻ അതൊന്നും അറിയാനല്ല വിളിക്കുന്നതെന്ന് ശ്രീബാലയ്ക്ക് ഊഹിക്കാം.

തകർന്നുപോയ ഒരു പാലം വീണ്ടും നിർമിക്കാൻ ശ്രമിക്കുകയാണ് നന്ദൻ.

"നന്ദൻ ഇപ്പോൾ ഏതു സിനിമയുടെ വർക്കിലാ?"

ശ്രീബാലയും അങ്ങനെ ഒരു ചോദ്യം നൽകി. അതിനു നന്ദൻ എന്തോ ഉത്തരം പറഞ്ഞു. കേട്ടില്ലെങ്കിലും ശ്രീബാല ചോദ്യം ആവർത്തിച്ചില്ല.

തെല്ലുകൂടി കഴിഞ്ഞു നന്ദൻ ഫോൺ വെച്ചു. രാജൻ പോളിനു നന്ദൻ നൽകിയ ഓഫർ ശ്രീബാല അറിഞ്ഞുവെങ്കിലും അവൾ അതേക്കുറിച്ച് ചോദിച്ചില്ല. നന്ദൻ അതേക്കുറിച്ച് പറഞ്ഞതുമില്ല.

പിന്നെയും കുറേ നേരം അതും ഇതും ചോദിക്കുകയും പറയുകയും ചെയ്തുകൊണ്ട് അവർ ഫോൺ കട്ട് ചെയ്തു.

തിരിച്ചു മുറിയിലേക്ക് നടക്കുമ്പോഴാണ് കഴിഞ്ഞ ദിവസം റസ്റ്റോ റന്റിൽ ഏകാകിയായി കണ്ട ചെറുപ്പക്കാരനും പ്രായമായ ഒരു സ്ത്രീയും സുചിത്രയുടെ മുറിയിൽ നിന്ന് ഇടനാഴിയിലേക്ക് കാലെടുത്തുവെച്ചത്. അവരെ യാത്ര അയക്കാനെന്ന പോലെ സുചിത്രയും പിന്നാലെ വന്നു.

സുചിത്ര വളരെ അസ്വസ്ഥയാണെന്ന് തോന്നി. ആ വേള "ശ്രീബാ ലയ്ക്ക് എന്റെ മുറിയിലേക്ക് വരാനാവുമോ" എന്ന് സുചിത്ര ചോദിച്ചു.

എന്തായാലും ഇന്നും ഉറക്കം തന്നെ കൈവിട്ടുകളയാനാണ് സാധ്യത എന്ന് ശ്രീബാല വിചാരിച്ചു. അവർ സുചിത്രയുടെ പിന്നാലെ ആ മുറിയിലേക്ക് നടന്നു.

"ചിലപ്പോൾ എല്ലാം കലങ്ങിത്തെളിയും അല്ലേ?" സുചിത്ര ചോദിച്ചു.

തന്റെ ജീവിതവും ഈ സിനിമയും ഒക്കെയാവാം സുചിത്ര ഉദ്ദേശിച്ചത്.

ശ്രീബാല മിണ്ടിയില്ല.

സുചിത്ര ആ മൗനം അറിഞ്ഞു. പിന്നീടൊന്നും അവർ ചോദിച്ചില്ല.

കട്ടിലിന്റെ നടുവിൽ ചെന്ന് ഇരുന്നുകൊണ്ട് സുചിത്ര പറഞ്ഞു. "ജീവിതത്തിൽ ഞാൻ എന്റേതായ ശരികളിലാണെന്നാണ് ഇതുവരെ വിചാരിച്ചിരുന്നത്. പക്ഷേ എന്റെ മുന്നിലും ജീവിതം പുതിയ പാഠങ്ങൾ തുറന്നുവെക്കുന്നു."

ശ്രീബാല ആശങ്കയോടെ അവരെ നോക്കി.

സുചിത്ര പിന്നെ സംസാരിച്ചത് തൊട്ടു മുൻപ് ഇറങ്ങിപ്പോയ ആ ചെറുപ്പക്കാരനെക്കുറിച്ചാണ്. "വിജീഷിനെ ഞാൻ ആദ്യം കാണുന്നത് ഒരു ട്രെയിൻ യാത്രയ്ക്കിടയിലാണ്. ഞങ്ങളൊരു ഫസ്റ്റ് ക്ലാസ് കൂപ്പേയിലായിരുന്നു. ഒരു സിനിമാതാരത്തോടുള്ള കൗതുകമോ ഭ്രമമോ അയാൾ ഒട്ടും കാട്ടിയില്ല. അതുകൊണ്ട് നോക്കുകൊണ്ടും വാക്കുകൊണ്ടും ഞാനാണ് അന്ന് അവനെ പ്രലോഭിപ്പിച്ചത്. എനിക്കത് ഒരു പതിവു രസവുമായിരുന്നു. ഇറങ്ങുമ്പോൾ ഞാനവന്റെ ഫോൺ നമ്പർ വാങ്ങി. ഇടയ്ക്ക് വിളിച്ചു."

ശ്രീബാല കേട്ടിരുന്നു.

"പതുക്കെ പതുക്കെ അവൻ എന്നെ തിരിച്ചു വിളിക്കാൻ തുടങ്ങി. ഒടുവിൽ ഞാൻ തന്നെ ചോദിച്ചു. നമുക്ക് ഒരു ഒഴിവുകാലം ഗോവയിലോ കുളുമണാലിലോ ആഘോഷിച്ചാലോ?"

അതു പറഞ്ഞു സുചിത്ര കുറച്ചുനേരം നിശ്ശബ്ദയായി.

"സാധാരണ ഇങ്ങനെ ഒരു ക്ഷണം കിട്ടുമ്പോൾ ഏതൊരു ചെറുപ്പക്കാരനും ഹാലിളകും. പക്ഷേ അതു വേണോ എന്നായിരുന്നു വിജീഷിന്റെ പ്രതികരണം. അപ്പോ എനിക്ക് വാശി തോന്നി. എനിക്കു തന്നെ പറഞ്ഞറിയിക്കാനാവാത്തത്ര വാശി. ആ വാശിയുടെ ഒടുവിൽ വിജീഷ് വഴങ്ങി."

സുചിത്ര അപ്പോൾ ദീർഘമായി നിശ്വസിച്ചു.

പുറമേ സാധു പ്രകൃതമായിരുന്നെങ്കിലും ഒരു കുതിരയുടെ കരുത്തുണ്ടായിരുന്നു വിജീഷിന്. എന്റെ ജീവിതത്തിലെ ഏറ്റവും വലിയ അനുഭവമാണ് അവൻ. അവന്റെ ചുണ്ടുകൾക്കു പോലും തീപിടിപ്പിക്കുന്ന കരുത്താണ്. എത്ര ദിവസങ്ങൾ ഞാനവനു കീഴിൽ ഒരു ചതഞ്ഞ പൂപോലെ കിടന്നെന്നു എനിക്കറിഞ്ഞുകൂടാ. എന്നിട്ടും പോകുമ്പോൾ ഞാനവനു പണം നൽകാൻ ശ്രമിച്ചു. അതാണല്ലോ എനിക്ക് ഏറ്റവും ഹരം. അപ്പോഴാണ് അവൻ അവന്റെ ജീവിതം എനിക്ക് മുന്നിൽ തുറന്നിട്ടത്. എനിക്കൂഹിക്കാവുന്നതിനും അപ്പുറം സമ്പന്നനായിരുന്നു അവൻ.

അമ്മ മാത്രമേയുള്ളൂ. അവന്റെ ജീവിതത്തിലെ ആദ്യത്തെ സ്ത്രീയാണ് ഞാൻ എന്നുകൂടി പറഞ്ഞപ്പോഴാണ് ഞാൻ ശരിക്കും അമ്പരന്നത്. ഞാനത് ഒട്ടും പ്രതീക്ഷിച്ചിരുന്നില്ല."

ശ്രീബാലയ്ക്ക് ഒട്ടും അദ്ഭുതം തോന്നിയില്ല. വിഷാദച്ഛവി നിറഞ്ഞ കണ്ണുകളുള്ള ആ ചെറുപ്പക്കാരൻ അങ്ങനെയേ ആവൂ. അവന്റെ കണ്ണുകളിൽ നിഷ്കളങ്കതയും പാട കെട്ടി കിടപ്പുണ്ടായിരുന്നെന്നും അവർ ഓർമിച്ചു.

"അതിനുശേഷം അവനെന്നെ നിരന്തരം വന്നുകാണാൻ തുടങ്ങി. അവന്റെ കരുത്ത് എനിക്ക് വീഞ്ഞായി മാറിയിരുന്നു.

ലോകത്തെ വാതിലടച്ചു പുറത്താക്കി ഞങ്ങൾ എങ്ങോട്ടൊക്കെയോ യാത്രചെയ്തു. ഏതൊക്കെയോ റിസോർട്ടുകൾ ഞങ്ങളുടെ വന്യമായ ചുംബനങ്ങൾക്കും സംഗമങ്ങൾക്കും സാക്ഷിയായി. അവന്റെ കരുത്തിൽ പൂത്തുലഞ്ഞിട്ടും ഓരോ തവണയും ഞാൻ ഉപഹാരങ്ങൾ നൽകാൻ ശ്രദ്ധിച്ചിരുന്നു. അതല്ലേ അവൻ സ്വീകരിക്കൂ.

ഒരിക്കൽ അവൻ പറഞ്ഞു. "ഞാനിപ്പോൾ വീണ്ടും വീണ്ടും വരുന്നതു ഈ ഉപഹാരങ്ങൾ സ്വീകരിക്കാനൊന്നുമല്ല. പ്രണയംകൊണ്ടാണ്." ഞാൻ വീണ്ടും ഞെട്ടി.

പിന്നെ അതൊതുക്കി ചോദിച്ചു. "ഞാൻ എന്താണെന്നു നിനക്കറിയാമോ?"

"അറിയേണ്ടെന്നു ആ കുട്ടിയുടെ മറുപടി അല്ലേ?" ശ്രീബാല ചോദിച്ചു.

"അതെ."

"എനിക്കാ സ്ഫടികത്തെ മനസ്സിലാവുന്നു."

"പിന്നെ വിവാഹം കഴിക്കണമെന്നായി. നീ തൂവാനത്തുമ്പിയിലെ ജയകൃഷ്ണൻ കളിക്കരുത് എന്നായി ഞാൻ. എന്തെന്നാൽ ഞാൻ ജയകൃഷ്ണൻ ആദ്യമായി കാണുന്ന ക്ലാരയല്ല, രണ്ടാമത് കാണുന്ന ക്ലാരയാണ്."

അതു തനിക്കറിയാമെന്ന് ആ ചെറുപ്പക്കാരൻ പറഞ്ഞിരിക്കാമെന്നും ശ്രീബാല ഊഹിച്ചു.

"പിന്നെ പിന്നെ അവന്റെ കോളുകൾ ഞാൻ എടുക്കാതായി. അവൻ കാണാൻ വന്നാൽ കാണാൻ കൂടി അനുവദിക്കാതെയായി. ഇവിടെയും അവനെ ഒഴിവാക്കാൻ ശ്രമിക്കുകയായിരുന്നു ഞാൻ. പക്ഷേ ദാ ഇപ്പോ അമ്മയെയും കൂട്ടിയാണ് അവനെത്തിയത്."

അതു പറയുമ്പോൾ സുചിത്രയുടെ ശബ്ദം ഇടറി.

"സുചിത്ര എന്താണെന്ന് തന്റെ മകനറിയേണ്ടെങ്കിൽ, തനിക്കും അതറിയേണ്ട. മകനു സുചിത്രയെ ഇഷ്ടമാണെന്നതു മാത്രമാണ് തന്റെ

വിഷയം. ഒരാവേശംകൊണ്ടോ വെറുമൊരു കമ്പംകൊണ്ടോ അല്ല തന്റെ മകൻ ഇങ്ങനെ ഒക്കെ തീരുമാനിക്കുന്നത് എന്നൊക്കെയാണ് ആ അമ്മ പറഞ്ഞത്."

"അപ്പോൾ പിന്നെ എന്താണ് സുചിത്രയെ അലട്ടുന്നത്?"

സുചിത്ര കുറേനേരം മിണ്ടാതിരുന്നു. പിന്നെ പിറുപിറുത്തു.

"ഞാൻ അർഹിക്കുന്നില്ല. അവന്റെ നിഷ്കളങ്കത.... ഒട്ടും."

ശ്രീബാലയ്ക്ക് സുചിത്രയെ കാണാനായി.

"ഒരുപക്ഷേ ആ നിഷ്കളങ്കതയെ ഞാൻ സ്പർശിക്കാൻ പാടില്ലായിരുന്നു. നമ്മുടെ അളവുകോലുകൾകൊണ്ട് എല്ലാം നമുക്ക് അളക്കാനാവില്ല. അളക്കാനാവാത്ത അളവുകളും ജീവിതത്തിലുണ്ട്. അങ്ങനെ തോന്നുകാ ഇപ്പോ."

ശ്രീബാല എന്തു പറയണമെന്നറിയാതെ നിൽക്കേ സുചിത്ര മന്ത്രിച്ചു.

"ഈ തോന്നൽ താത്ക്കാലികമാണെന്ന് എനിക്കറിയാം. ഒരു ഇടവേള കഴിഞ്ഞാൽ ഞാൻ പഴയ ഞാനാവാം. ട്രെയിനിൽ, ഫ്ളൈറ്റിൽ എന്നെ പാളിനോക്കുന്ന ചെറുപ്പക്കാരനു നേർക്കു ഞാനൊരു അസ്ത്രമയക്കും. രതിക്കു ശേഷം അവന് പണം നൽകുന്നതിനെക്കുറിച്ച് സ്വപ്നം കാണും. അതുകൊണ്ടു കൂടിയാവാം എന്റെ മനസ്സ് ആ അമ്മയെയും മകനെയും കാണാൻ വിസമ്മതിക്കുന്നത്."

ശ്രീബാല സ്തബ്ധയായി അങ്ങനെ ഇരുന്നു.

"തനിക്കിപ്പോ എന്നോട് വെറുപ്പ് തോന്നുന്നുണ്ടോ ബാലാ."

"ഇല്ല. സുചിത്ര സുചിത്രയെ കാണുന്നു. അതു തുറന്നു പറയുന്നു. ഞാനാ സത്യസന്ധത മനസ്സിലാക്കുന്നു."

"പക്ഷേ എനിക്കുണ്ട്. എന്നോടു തന്നെ ഇപ്പോൾ വല്ലാത്ത വെറുപ്പ്."

ആ വേള പുറത്ത്, ആ ചെറുപ്പക്കാരനോട്, ആ അമ്മ ചോദിച്ചു.

"നീ എന്തു തീരുമാനിച്ചു കുട്ടീ."

അവനൊന്നും മിണ്ടിയില്ല.

"ദിസീസ് ലൈഫ് മൈ ബോയ്. മൂവ് ഓൺ."

അപ്പോഴും വാക്കുകൾ ആ ചെറുപ്പക്കാരനെ കൈവിട്ടു.

മുറിയിൽ നിന്നു സുചിത്ര അതു കാണാതെ കണ്ടു. ശ്രീബാലയ്ക്ക് അവരെ ആശ്വസിപ്പിക്കാനുമായില്ല.

എട്ട്

"നന്ദൻ ഇങ്ങനെ ഒരു നിർദേശം വെച്ചു എന്നേയുള്ളൂ. പക്ഷേ അതു സർ സ്വീകരിക്കണമെന്ന് ഞാൻ ആവശ്യപ്പെട്ടില്ല."

ശ്രീബാല ആത്മാർത്ഥമായി തന്നെ പറഞ്ഞു.

പ്രശാന്ത് ഒന്നും മിണ്ടാതെ ഹോട്ടലിനു പുറത്ത് നഗരവീഥികളിൽ ചന്നംപിന്നം മഴ പെയ്യുന്നത് നോക്കിനിന്നു. മഴയുടെ പേരിൽ ഇന്ന് ഷൂട്ട് നേരത്തേ നിർത്തി. യഥാർത്ഥ കാരണം അതൊന്നുമല്ലെന്നു സിനിമയ്ക്ക് അകത്തുള്ളവർക്കെല്ലാം ഊഹമുണ്ട്.

"എന്തായാലും നന്ദന് ഈ സിനിമയിൽ പറ്റിയ റോളൊന്നുമില്ല. അതെനിക്ക് ഉറപ്പാ." പ്രശാന്ത് ക്ഷുഭിതനായി.

"എങ്കിൽ വിട്ടേക്കൂ. ഞാൻ നന്ദനോട് സംസാരിച്ചോളാം."

"ഞാൻ സ്ത്രീപക്ഷത്തു നിന്ന് ഒരു ഫിലിം ചെയ്യുന്നു. അതിൽ പുരുഷൻ സിനിമയ്ക്ക് പുറത്തുനിന്നും അകത്തുനിന്നും ഇടപെടുന്നു എന്ന ഫീലാ എനിക്കിപ്പോ. നന്ദൻ അഭിനയിക്കാൻ വന്നാൽ, അതോടെ കഥ തിരുത്തിയാൽ അതല്ലേ സംഭവിക്കുക?"

ശ്രീബാലയ്ക്ക് പ്രതികരിക്കാനായില്ല.

"നിങ്ങൾക്ക് നിങ്ങൾടെ ലൈഫിൽ ഇതൊക്കെ സഹിക്കേണ്ട ആവശ്യമുണ്ടാകും. അതെന്റെ വിഷയമാണോ? മാത്രമല്ല എന്റെ ക്രിയേറ്റീവ് ലൈഫിൽ ഞാനിതിനെല്ലാം വഴങ്ങേണ്ട കാര്യമെന്ത്?" മുന വെച്ചതായിരുന്നു പ്രശാന്തിന്റെ വാക്കുകൾ.

ശ്രീബാലയ്ക്ക് ആ വേള പ്രശാന്തിനെ നന്നായി മനസ്സിലായി. കച്ചവട സാധ്യതയുണ്ടേ സിനിമയിൽ എന്തും തിരുകിക്കയറ്റാമെന്ന് കരുതുന്ന ആളുകൾ മാത്രമുള്ള ഇക്കാലത്ത് ഒരാളിതാ, അത്തരമൊരു ശ്രമത്തെ പല്ലും നഖവും ഉപയോഗിച്ച് ചെറുക്കുന്നു. അതുവരെ കാട്ടിയ പരസ്പര ബഹുമാനത്തിന്റെ ആടയാഭരണങ്ങൾ അഴിച്ചുവെച്ച് തന്റെ നേർക്ക് ചീറുന്നു.

ചില ആളുകൾ ഇങ്ങനെയാണ്. സൗമ്യരായിരിക്കും എപ്പോഴും. അവരുടെ ബോധ്യങ്ങളെ, വ്യക്തിത്വത്തെ ചോദ്യം ചെയ്യുമ്പോൾ അവർ,

അവർക്കു പോലും അപരിചിതരായ മനുഷ്യരായി മാറുന്നു- കത്തിമുന യുടെ മൂർച്ചയുള്ള മനുഷ്യർ.

"പ്രിയപ്പെട്ട ചെറുപ്പക്കാരാ, ഞാനീ സത്യസന്ധത കാണുന്നു, അറിയുന്നു, മാനിക്കുന്നു." എന്നിങ്ങനെ ശ്രീബാല ഉള്ളിൽ മന്ത്രിച്ചു.

ശ്രീബാലയ്ക്ക് ചിരിയും വന്നു.

യഥാർത്ഥത്തിൽ ഇങ്ങനെ ഒരു കഥയല്ല പ്രശാന്ത് പറഞ്ഞിരു ന്നെങ്കിൽ ഇപ്പോൾ ഒരു തിരിച്ചുവരവിനെക്കുറിച്ച് താൻ ആലോചിക്കു മായിരുന്നോ? എവിടെ ഒക്കെയോ താനും പറയാൻ മോഹിച്ച അല്ലെ ങ്കിൽ തന്റെ ഉള്ളിൽ അവക്ഷിപ്തപ്പെട്ടുകിടന്ന ഒരു ആശയമല്ലേ പ്രശാന്തിന്റെ കഥ?

അല്ലാതെ നായകനു ചുറ്റും കറങ്ങുന്ന പതിവുനായികാ ഉപഗ്രഹവു മായാണ് പ്രശാന്തിന്റെ വരവെങ്കിൽ... ചിലപ്പോൾ താനിപ്പോഴും വീടിന്റെ ഏകാന്തതയിലായിരിക്കും. തീർച്ച. ആ നിലയ്ക്കും തനിക്കീ മനുഷ്യ നോട് കടപ്പാട് തോന്നേണ്ടതാണ്.

"പ്രശാന്ത് എല്ലാം മറന്നേക്കൂ. ഞങ്ങളുടെ പേഴ്സണൽ ലൈഫ് ബെറ്ററാക്കാൻ നന്ദൻ ഇപ്പോൾ വല്ലാതെ ആഗ്രഹിക്കുന്നുണ്ട്. പക്ഷേ പ്രശാന്ത് പറഞ്ഞതുപോലെ ഞങ്ങളുടെ ലൈഫും പ്രശാന്തിന്റെ വർക്കും തമ്മിൽ കൂട്ടികുഴക്കണ്ട. ദാറ്റീസ് നോട്ട് ഫെയർ."

അതും പറഞ്ഞ് ശ്രീബാല ഇറങ്ങി.

പ്രശാന്തിന്റെ തീരുമാനം അറിഞ്ഞപ്പോൾ വിമ്മിട്ടമുണ്ടായെങ്കിലും നന്ദൻ പ്രത്യേകിച്ച് എതിർപ്പൊന്നും പ്രകടിപ്പിച്ചില്ല. അതു ആ സംവിധാ യകന്റെ സ്വാതന്ത്ര്യമാണ് എന്ന മട്ടിൽ നന്ദൻ അങ്ങനെ ഇരുന്നു.

എന്നിട്ടും ശ്രീബാലയുടെ തിരിച്ചു വരവ് ചിത്രം മുടങ്ങി.

നന്ദൻ വെച്ച ഓഫർ തന്റെ സംവിധായകൻ തിരസ്കരിച്ചതിലെ നിർമാതാവിന്റെ അമർഷമായിരുന്നു ശരിയായ കാരണം.

"കുറച്ചു പണം ചെലവായി. നേരാ. എന്നാലും ഞാൻ പടം പാതി വഴിക്ക് വലിച്ചെറിയുകയാ. നല്ലൊരു ബിസിനസ് ഓഫർ മുന്നിൽ വന്നപ്പോ തട്ടിക്കളഞ്ഞ ഒരാൾ എന്റെ വിയർപ്പിന്റെ വിലകൊണ്ട് സിനിമ ചെയ്യണ്ട." രാജൻപോൾ വലിയ വാശി കാണിച്ചു.

പ്രശാന്ത് ആവട്ടെ രാജനോട് താഴാനും അപേക്ഷിക്കാനും ശ്രമി ച്ചില്ല.

നന്ദനും ശ്രീബാലയുമാണ് ഈ വേള രാജനെ പോയി കണ്ടത്. "ഞങ്ങൾ കാരണം ഇത് സംഭവിക്കരുത്.'' അവർ പറഞ്ഞു.

രാജൻ അപ്പോൾ നന്ദനോടു ചോദിച്ചു. "പറ്റുമെങ്കിൽ സാർ എനി ക്കൊരു ഡേറ്റു തരൂ. ഈ ചിത്രം മൂലമുണ്ടായ എല്ലാ നഷ്ടവും എനിക്ക് പരിഹരിക്കാം."

അതുകേട്ട് ശ്രീബാലയാണു സ്തബ്ധയായത്.

ശേഷം ശ്രീബാല പ്രശാന്തിനെ തേടി ചെന്നു. അയാൾ മുറി വിട്ടിരുന്നു. ആരോടും യാത്രപറയാതെ, കയ്യിൽ സൂട്ട്കെയ്സുമായി അയാൾ പുറത്തെ മഴയിലേക്ക് ഇറങ്ങിപ്പോകുന്നത് കണ്ടതായി സുചിത്ര പറഞ്ഞു. ഒരു ടാക്സി വിളിക്കാൻ പോലും നിൽക്കാതെ അങ്ങ് പോവുകയായിരുന്നത്രെ. ശ്രീബാലയ്ക്ക് അയാളുടെ മനസ്സ് ഊഹിക്കാനായി. തന്നെ പോലെ അല്ല, അതിലേറെ നിസ്സഹായനായി പോയല്ലോ ആ മനുഷ്യൻ.

എന്നാലും ആരോടും പരാതി പറഞ്ഞില്ല. ഒരു ബഹളവും ഉണ്ടാക്കിയില്ല.

ഒരു കരിയില എങ്ങോ പറന്നുപോവുന്നതുപോലെ അയാളങ്ങു പോയി.

ഒരുപക്ഷേ പോകും മുൻപ് നന്ദനോടോ, തന്നോടോ ആക്രോശിച്ചിരുന്നെങ്കിൽ അയാളെ താൻ അത്രയൊന്നും ഓർക്കുമായിരുന്നില്ല. നിശ്ശബ്ദമായി പിൻവാങ്ങുന്നവരെയാണ് ജീവിതം പിന്നെയും പിന്നെയും കൺമുന്നിൽ പിടിച്ചുനിർത്തുക.

ചില നിശ്ശബ്ദതകൾക്ക് അലർച്ചകളുടെ പതിന്മടങ്ങ് ശക്തിയുണ്ട്.

പിന്നെ തന്റെ തിരിച്ചുവരവും പരിഹാസ്യമായ ഒരു കഥ മാത്രമാവുകയാണ്. എന്തൊക്കെയായിരുന്നു പത്രങ്ങളിലും സോഷ്യൽ മീഡിയയിലും ബഹളം- ഉജ്വലമായ തിരിച്ചുവരവ്; അനിവാര്യമായ രണ്ടാം വരവ്... പുറത്ത് പെയ്യുന്ന മഴ ആസുരമായ താളത്തോടെ നൃത്തം വെക്കുന്നത് തന്റെ തലച്ചോറിലാണ്. ഇടയ്ക്കിടെ ഇടിമുഴങ്ങുന്നുമുണ്ട്... അവിടെ...

ഈ ഹോട്ടലിൽ നിന്ന് എങ്ങോട്ട് എന്ന ചോദ്യത്തിനു മാത്രം ഇപ്പോൾ വ്യക്തമായ ഉത്തരമുണ്ട് ശ്രീബാലയ്ക്ക്- നന്ദന്റെ, തങ്ങളുടെ പഴയ വീട്ടിലേക്ക്. അങ്ങോട്ടിറങ്ങും മുൻപ് സുചിത്രയെ ഒന്നുകൂടി കാണാൻ തോന്നി... വെറുതേ...

സുചിത്ര ഒരു മദ്യക്കുപ്പിയുടെ മുന്നിലായിരുന്നു.

"താൻ ഇപ്പോഴും കഴിക്കാൻ തീരുമാനിച്ചിട്ടില്ലല്ലോ അല്ലേ." ഗ്ലാസുയർത്തി സുചിത്ര ചോദിച്ചു.

ഇല്ലെന്നു ശ്രീബാല മെല്ലെ തലയാട്ടി.

"ഞാനാ ചെറുപ്പക്കാരനെ മറക്കാൻ ശ്രമിക്കുകയാണ് ബാലാ."

"എനിക്ക് മനസ്സിലാകും."

"പിന്നെ വേണമെങ്കിൽ നമുക്കീ സിനിമ വീണ്ടും തുടങ്ങാം."

ആകാംക്ഷ അടക്കാനാവാതെ ശ്രീബാല സുചിത്രയെ നോക്കി.

"എന്റെ പഴയ ഒരു സുഹൃത്തുണ്ട്. ഒരു മാർവാടി. ഒരുകാലത്തു എന്നെ ഒരുപാടു പണംതന്നു സഹായിച്ചിട്ടുണ്ട്. അതിന് എനിക്ക് എന്നെ പകരം നൽകേണ്ടിയും വന്നിട്ടുണ്ട്. അതിൽ എനിക്കിപ്പോഴും എന്നോടു

തന്നെ അറപ്പുണ്ട്. ആൾ വളരെ വൃദ്ധനായി. പഴയ ഭ്രമമൊന്നുമില്ല എന്നോട്. എന്നാലും എവിടെയോ ഒരു സ്നേഹവും വാത്സല്യവുമുണ്ട്.

അതു പണ്ടും ഉണ്ടായിരുന്നു എന്നാ ഞാൻ വിചാരിക്കുന്നേ. ഞാൻ പറഞ്ഞാൽ ചിലപ്പോൾ ഈ ചിത്രം അദ്ദേഹം ഏറ്റെടുക്കും. ഇതിന്റെ ചെലവ് അദ്ദേഹത്തെ സംബന്ധിച്ചിടത്തോളം ഒരു തുകയേ അല്ല."

എന്നിട്ടും ശ്രീബാലയ്ക്ക് പ്രതീക്ഷ തോന്നിയില്ല.

"മുൻപൊരിക്കലും ശ്രീബാലയോട് എനിക്ക് സൗഹൃദം തോന്നിയിട്ടില്ല. ഇപ്പോ ഏതാണ്ട് ഒരേ നിസ്സഹായതയുള്ള മനുഷ്യർ എന്ന തോന്നൽ കൊണ്ടാവാം ഒരിഷ്ടമുണ്ട്. അതുകൊണ്ടു പറയ്വാ.... ജീവിതത്തിൽ പതറാതിരിക്കൂ.... ചായം തേച്ചു ജീവിക്കുക മാത്രമാണ് നിയോഗമെങ്കിൽ അതു അംഗീകരിക്കൂ. മറിച്ചാണെങ്കിൽ ആ യാഥാർത്ഥ്യത്തെ സന്തോഷത്തോടെ കാണൂ. ജീവിതത്തിൽ ഒരു പൊങ്ങുതടിയാവുന്നതു എത്രമേൽ വിഡ്ഢിത്തമാണ്."

താൻ കരുതിയതിലും ആഴമുള്ള ജലാശയമാണ് സുചിത്ര. അതു ഇളകാതെ കിടക്കുന്നതുകൊണ്ട് ഒരാളും അതിന്റെ ആഴം അറിയുന്നില്ല. ശ്രീബാല അടുത്തു ചെന്നു ആ കൈകളിൽ ഒന്നു തൊട്ടു. ഒരു ചുംബനമാണ് ആ സ്പർശമെന്ന് സുചിത്രയ്ക്ക് തോന്നി.

ശേഷം ശ്രീബാല നന്ദന്റെ ആ വീട്ടിലേക്ക് ഇറങ്ങി.

അവിടെ നന്ദൻ സദാ അവളുടെ തൊട്ടടുത്തു നിൽക്കാൻ ശ്രമിച്ചു-അവൾക്ക് പരമാവധി കാതുകൊടുക്കാൻ, തിരിച്ചും മിണ്ടാൻ.....

പക്ഷേ വൈകുന്നേരം ആയപ്പോഴേക്കും തന്നെ ശ്രീബാല അറിഞ്ഞു-രണ്ടുപേരും കഠിനമായി പരിശ്രമിക്കുകയാണ്.

- ഒരു പൊതു ഇടം കണ്ടെത്താൻ. എന്നാൽ രണ്ടു മനുഷ്യർക്കിടയിൽ അങ്ങനെ ഒരു ഇടമില്ലെങ്കിൽ ഏതു ശൂന്യതയിൽ നിന്നാണ് അവർ ആ ഇടം സൃഷ്ടിച്ചെടുക്കുക? അവർക്കുതന്നെ അതു പിടിയില്ലാതെയായി.

നന്ദനും ഇതു തന്നെയാവില്ലേ ഉള്ളിൽ കരുതുന്നത്. ഒരു വിവാഹം നിലനിൽക്കാൻ വേണ്ടി മാത്രം ഇരുവരും പടപൊരുതുകയല്ലേ. അതെ. ആ വാക്കല്ലേ ശരി? പടപൊരുതുക. തങ്ങൾ ശരിക്കും സ്വയം പൊരുതുകയല്ലേ? പരസ്പരം സ്നേഹിക്കാൻ, പ്രണയിക്കാൻ, കാമിക്കാൻ.

ഇത്രമേൽ നിസ്സഹായമായി മറ്റെന്താണ് ജീവിതത്തിൽ സംഭവിക്കാനുള്ളത്?

രാത്രിയിൽ ഒരു കട്ടിലിൽ ശയിക്കവേ തന്റെ മേൽ നന്ദന്റെ കൈകൾ പടരുന്നത് ശ്രീബാല കണ്ടു. പക്ഷേ ആ കയ്യിൽ രക്തയോട്ടമില്ല. തന്റെ ഉടൽ ആ സ്പർശത്താൽ പൂക്കുന്നില്ല- ആ വേദന താങ്ങാനാവാതെ നന്ദന്റെ കയ്യിൽ മുറുകെ പിടിച്ചുകൊണ്ട് അവൾ ചോദിച്ചു. "നന്ദാ സത്യം

പറയൂ. ഈ ഇത്തിരി നേരത്തിനിടയിൽപോലും നന്ദനു വിമ്മിട്ടം തോന്നുന്നില്ലേ?

നന്ദൻ ആലോചിച്ചു- എന്തു ഉത്തരമാണ് താൻ പറയേണ്ടത്? തലച്ചോറു കണക്കുകൂട്ടി പറയുന്ന ഉത്തരം. അല്ലെങ്കിൽ താൻ അനുഭവിക്കുന്ന ഉത്തരം.

അടുത്ത നിമിഷം നന്ദൻ സ്വയമറിയാതെ അവളെ വരിഞ്ഞുമുറുക്കി. അയാൾ കരയുന്നുണ്ടായിരുന്നു. അതിന്റെ ഒടുക്കം അയാൾ തേങ്ങി."

"എന്താണ് ബാലാ, എത്ര ശ്രമിച്ചു നോക്കിയിട്ടും നമുക്കു മാത്രം പരസ്പരം സ്നേഹിക്കാൻ പറ്റാത്തത്. നമ്മൾ മാത്രം ഇങ്ങനെ ഇരുധ്രുവങ്ങളിലേക്ക് തെറിച്ചുവീഴുന്നത്."

അവളും നന്ദനെ മുറുകെ പിടിച്ചു. ആശ്വാസത്തോടെ, ആത്മനിന്ദയില്ലാതെ....

തെല്ല് കഴിഞ്ഞ് അയാളെ തന്നിൽ നിന്നടർത്തിമാറ്റി പറഞ്ഞു. "സാരമില്ല നന്ദാ. ഇതെന്റെയോ നിന്റെയോ കുറ്റമല്ല. നമുക്കിടയിൽ വെറും പരിചയം മാത്രമേയുള്ളൂ. സ്നേഹമില്ല, കാമം പോലുമില്ല. വളരെ പെട്ടെന്നു നമ്മളതു തിരിച്ചറിഞ്ഞു. അതു വളരെ നന്നായി. നന്നായി....."

നന്ദനു എന്തു പറയണമെന്നു നിശ്ചയമില്ലായിരുന്നു. എന്നാലും നന്ദനു വ്യക്തം- ശ്രീബാല തന്റെ കണ്ണാടിയാണ്. ഇക്കാര്യത്തിൽ മാത്രം തങ്ങൾ പരസ്പരം കണ്ണാടികൾ.

"നീയെനിക്കൊരു ടാക്സി വിളിച്ചു തരുമോ. ഇപ്പോൾ തന്നെ."

അതുകേട്ട് അയാൾ ആകെ പതറി.

"നീ പോവുകയാണോ ബാലാ?"

"പോകണം."

"എങ്ങോട്ട്?"

"അതറിയില്ല. എന്നാലും കഴിയുന്നത്ര നേരത്തേ.... അതാ നല്ലത്. അതാ അതിന്റെ ശരി."

"എനിക്ക് നിന്നെ തടയണമെന്നുണ്ട്. പക്ഷേ കഴിയുന്നില്ല ബാലാ."

തെല്ലു കഴിഞ്ഞു നന്ദൻ പറഞ്ഞു. "ഞാൻ കാരണം നിന്റെ റീ-എൻട്രി മുടങ്ങി. നമ്മൾ ഒന്നും നേടിയതുമില്ല."

ശ്രീബാല അപ്പോൾ അയാളുടെ മുടിയിൽ വിരലോടിച്ചു മന്ത്രിച്ചു.

"പറ്റുമെങ്കിൽ ആ രാജൻപോളിന് ഒരു ഡേറ്റ് കൊടുക്കൂ. നന്ദൻ കാരണമാ അയാൾക്ക് നഷ്ടമുണ്ടായത്."

അനന്തരം നന്ദൻ വിളിച്ച കാറിൽ ശ്രീബാല കയറിപ്പോയി. പോകും മുമ്പ് അവളുടെ തോളിൽ പിടിച്ച് നന്ദൻ പിറുപിറുത്തു. "നമ്മളിങ്ങനെ തോറ്റു പോകരുതായിരുന്നു ബാലാ."

ആ കയ്യിൽ സ്പർശിച്ചു ബാലയും പറഞ്ഞു. "തോറ്റു പോകരുതായിരുന്നു."

നന്ദൻ അപ്പോൾ തന്റെ കൈയിലേക്ക് നോക്കുകയായിരുന്നു. അയാൾ വിചാരിച്ചു- ഇനി ഈ കൈകളിൽ ബാലയുടെ വിരലുകൾ തൊടുകയില്ല. ഇതാ വിരലുകളുടെ മരണമാണ്.

ആ വേള ശ്രീബാല ഒരു കോമാളി സ്വപ്നം കണ്ടു.

നടുറോഡിൽ നിന്നു താൻ പാടുകയാണ്.

ഏഴു സുന്ദര രാത്രികൾ
ഏകാന്ത സുന്ദര രാത്രികൾ
വികാര തരളിത രാത്രികൾ
വിവാഹ പൂർവ രാത്രികൾ
ഏഴു സുന്ദര രാത്രികൾ....

പാടിപ്പാടി, നഗ്നയായി താൻ തെരുവിലൂടെ നടക്കുന്നു.

"എങ്ങോട്ടാണ് പോകേണ്ടത്?" ടാക്സി ഡ്രൈവർ ചോദിച്ചു.

ശ്രീബാലയും ആ ചോദ്യം തന്നോടുതന്നെ ചോദിക്കയായിരുന്നു. കുറേ നേരം പുറത്തെ ഇരുട്ടിലേക്ക് നോക്കി ഇരുന്നശേഷം നാട്ടിലേക്ക് പോകാമെന്ന് ഉറപ്പിച്ചു. അവിടെ അച്ഛനും അമ്മയുമുണ്ടല്ലോ?

ഈ നേരത്ത് ഇങ്ങനെ കയറിച്ചെല്ലുമ്പോൾ അവർ ഊഹിക്കും- എല്ലാം. അതു വേണ്ടതുമാണ്.

ശ്രീബാല കണക്കു കൂട്ടിയതുപോലെ തന്നെ സംഭവിച്ചു. ചിത്രം മുടങ്ങിയത് സിനിമയിലെ ആരൊക്കെയോ വിളിച്ചുപറഞ്ഞു അറിഞ്ഞിരുന്നു. നന്ദനുമായി പിരിഞ്ഞതു കയറിചെന്നപാടെ, ഒരു വാക്കും മിണ്ടാതെ ഊഹിക്കുകയും ചെയ്തു. ഒരുപക്ഷേ അവരിതു ഓരോ നിമിഷവും പ്രതീക്ഷിച്ചിരുന്നിരിക്കാം. അതുകൊണ്ടൊക്കെയാവാം എന്താണ് ഉണ്ടായതെന്ന ചോദ്യം പോലും ശ്രീബാല കേട്ടില്ല.

"നീ കിടക്കൂ. നല്ലവണ്ണം ഒന്നു ഉറങ്ങൂ." അവളുടെ നെറുകയിൽ തൊട്ടുകൊണ്ടു അച്ഛൻ പറഞ്ഞു.

"വേണ്ട. ഇന്നു രാത്രി ഞാൻ ഉറങ്ങിയെന്നു വരില്ല. ഒരുതരം ശൂന്യതയുണ്ട് എനിക്ക്. പറ്റുമെങ്കിൽ ഒപ്പമിരിക്കൂ രണ്ടാളും."

ഒരു ഏഴാംക്ലാസുകാരിയുടേതായിരുന്നു ആ സ്വരം. അച്ഛനും അമ്മയ്ക്കും ആ ഏഴാം ക്ലാസുകാരിയെ കാണാനായി.

"ഒന്നും നന്ദന്റേയോ എന്റേയോ കുറ്റമല്ല അമ്മാ- ഇതിങ്ങനെയേ ആവുമായിരുന്നുള്ളൂ" ആരും ഒന്നും ചോദിക്കാതിരുന്നിട്ടും ശ്രീബാല പറഞ്ഞു. ഒന്നും സാരമില്ലെന്ന മട്ടിൽ ഇരുവരും മകളെ നോക്കി.

അമ്മ പിന്നെ അവളുടെ പ്രിയപ്പെട്ട ലൈംടീ ഇട്ടുകൊടുത്തു- പണ്ട് പരീക്ഷയ്ക്ക് പഠിക്കുമ്പോൾ, ഉറങ്ങാതിരിക്കാൻ നൃത്ത മത്സരങ്ങൾക്ക്

ഊഴം കാത്തുനിൽക്കുമ്പോൾ തളരാതിരിക്കാൻ, നൈറ്റ് ഷൂട്ട് നീണ്ടു പോവുമ്പോൾ പ്രസരിപ്പ് നഷ്ടപ്പെടാതിരിക്കാൻ ഒക്കെ അമ്മ ഫ്ളാസ്കിൽ ലൈംടീ കരുതുമായിരുന്നു. എത്ര നാരങ്ങ പിഴിഞ്ഞാലും പുളി പോരെന്ന പരാതിയുണ്ടാവും, അവൾക്ക്.

അതെല്ലാം ഓർത്തെന്നപോലെ ശ്രീബാല ആ പാനീയം കയ്യിൽ വാങ്ങി, നുണഞ്ഞുകൊണ്ടിരുന്നു.

അവൾക്ക് ചിരി വന്നു- പാതിവഴിയിൽ കരിയർ വീണു കിടക്കുന്നതു കണ്ടിട്ടും അത്രയൊന്നും ആകുലപ്പെടാതെ, ജീവിതവും ഏതാണ്ട് കൈമോശം വന്നിട്ടും ഏറെയൊന്നും തകരാതെ താനീ രാത്രിയിൽ ഒരു കുട്ടിയായി അച്ഛനമ്മമാരുടെ അടുത്തിരിക്കുന്നു. ചിലപ്പോൾ ഈ സാന്നിധ്യം കൊണ്ടാവുമോ തനിക്ക് ആകുലതകളില്ലാത്തത്? ഒട്ടും തരള മായിരുന്നില്ല അവരുമായുള്ള ബന്ധം. എന്നാലും ഇങ്ങനെ ഒറ്റയാകു മ്പോൾ ഇവിടെ മാത്രമേ തനിക്ക് വരാനുള്ളൂ. ഒരുപക്ഷേ ഇതു എല്ലാ വരുടെയും കഥയാകാം. അച്ഛനമ്മമാർ എല്ലാവരുടെയും അവസാനത്തെ അഭയമാകാം.

“ഞങ്ങൾക്ക് വ്യസനമുണ്ട്. പലപ്പോഴും വിചാരിക്കും- കുറേക്കൂടി മുതിർന്നശേഷം നിന്നെ സിനിമയിലേക്ക് നയിച്ചാൽ മതിയായിരുന്നെന്ന്. പക്ഷേ നീ ലോകത്തെ അദ്ഭുതപ്പെടുത്തിക്കൊണ്ട് ആ പ്രായത്തിലേ വിടരുകയായിരുന്നു. അതു കാണുന്ന ഏതൊരു അച്ഛനും അമ്മയും ചെയ്യുന്നതേ ഞങ്ങളും ചെയ്തുള്ളൂ- നിന്നെ കാണാൻ, അറിയാൻ ലോകത്തെ അനുവദിക്കുക. പക്ഷേ ഇന്നാലോചിക്കുമ്പോൾ അതു തുമ്പിയെക്കൊണ്ട് കല്ലെടുപ്പിച്ചതു പോലായി. നീ ആ ലോകം ആസ്വദി ച്ചില്ല. നിനക്കൊരു ജീവിതവും ഉണ്ടായില്ല.” അവളുടെ മനസ്സ് വായിച്ചി ട്ടെന്ന പോലെ അച്ഛൻ പറഞ്ഞു.

“അങ്ങനെ വിചാരിക്കണ്ട അച്ഛാ. ഇപ്പോൾ ക്യാമറയുടെ മുന്നിൽ നിൽക്കുമ്പോൾ എന്റെ ഉള്ളു തുടിക്കുന്നുണ്ട്. അടുത്ത ഷോട്ടിനായി ഞാൻ കാത്തിരിക്കുന്നുണ്ട്. അതെങ്ങനെ ചെയ്യണം എന്നു വേവലാതി പ്പെടുന്നുണ്ട്. ഒരുപക്ഷേ ഇതാവാം, ഇതാവാം എന്റെ ജീവിതം.”

“പക്ഷേ ആ ചിത്രം മുടങ്ങിപ്പോയല്ലോ കുട്ടീ.”

അതോർക്കുമ്പോൾ പിന്നെയും ശ്രീബാല ശൂന്യയായി. ദുഃഖമല്ല അതു ഒരുതരം ശൂന്യത തന്നെയാണ് തനിക്ക് അനുഭവപ്പെടുന്നതെന്ന് ആ വേളയിൽ ശ്രീബാല ശരിക്കും അറിഞ്ഞു.

കുറേകൂടി കഴിഞ്ഞാണ് അവൾ കിടന്നത്. ജനാലയിലൂടെ നോക്കു മ്പോൾ ദൂരെ പാടങ്ങൾക്കും പുഴയ്ക്കും അക്കരെ സൂര്യനുദിച്ചുയരുന്നതു കാണാം. കുട്ടിക്കാലത്ത് ഇതു കാണാൻ മാത്രം നേരത്തേ ഉണർന്നിരു ന്നിട്ടുണ്ട്.

പിന്നെ ഉറങ്ങാൻ തോന്നിയില്ല. കുളിച്ചു റെഡിയായി ഉമ്മറത്തു വന്നി രുന്നു.

നേരം വെളുത്തതോടെ, റോഡിലൂടെ പഴയ പരിചിത മുഖങ്ങൾ ഓരോന്നോരോന്നായി കടന്നുപോയി. പാൽക്കാരൻ ശങ്കരേട്ടൻ, പത്രക്കാരൻ തോമസ്, ബസ് ക്ലീനർ രാമനാഥൻ- അങ്ങനെ എത്രയോ മുഖങ്ങൾ. ചിലർ ബാലയല്ലേ എന്നു വിളിച്ചു ചോദിച്ചു. അതെ എന്നവൾ ചിരിച്ചു. താൻ മറന്നുപോയെങ്കിലും നാട് തന്നെ ഒരിക്കലും മറക്കുന്നില്ല.

കുറേക്കൂടി കഴിഞ്ഞ് സ്കൂളിലേക്കൊന്നു പോകാൻ തോന്നി. ഒഴിവു സമയമായതുകൊണ്ട് അവിടെ ആരുമുണ്ടാവില്ല. അമ്മ കൂടെ ചെല്ലാമെന്നു പറഞ്ഞു. അവൾ അനുവദിച്ചില്ല. വെറുതേ നടക്കാനാണ്.... തനിച്ച്.... അല്ലെങ്കിലും ഇനിയുള്ള ദൂരം തനിച്ചാണല്ലോ?......

സ്കൂൾ ആകെ മാറിപ്പോയിരുന്നു. പുതിയ എടുപ്പുകൾ, മരങ്ങൾ.... അവൾക്ക് കാണേണ്ടിയിരുന്നത് എച്ച്.എമ്മിന്റെ മുറിയായിരുന്നു. അടഞ്ഞ ജനാലയുടെ പഴുതിലൂടെ കണ്ണ് ചേർത്തു ശ്രീബാല നോക്കി- ഉവ്വ്. ഇപ്പോഴുമുണ്ട് അകത്ത് എച്ച്.എമ്മിന്റെ കസേരയ്ക്ക് പിന്നിലെ അലമാരയിൽ നിറയെ പണ്ടു താൻ വാങ്ങിക്കൂട്ടിയ ഷീൽഡുകൾ, ട്രോഫികൾ. ഭിത്തിയിൽ താനവ സ്വീകരിക്കുന്ന കറുപ്പും വെളുപ്പും ചിത്രങ്ങൾ. മങ്ങിയിട്ടുണ്ട് അവ. പക്ഷേ മങ്ങുന്നില്ല, മനസ്സിൽ നിന്ന്. അന്നു തനിക്ക് വേണ്ടിയല്ല താനിതെല്ലാം നേടിയത്. ഇന്നു തനിക്ക് വേണ്ടി തന്നെ പലതും നേടണമെന്ന തോന്നൽ ഉള്ളിൽ തുളുമ്പുന്നുണ്ട്. അതിന്റെ ഒരു ഊർജവും എവിടെ നിന്നോ കൈവരുന്നു. പക്ഷേ ഇനി എങ്ങനെ? അതു മാത്രം അവൾക്ക് വ്യക്തമല്ല.

ഒമ്പത്

തിരിച്ചു നടക്കുമ്പോൾ ഓർത്തു. പ്രശാന്തിനെ ഒന്നു വിളിച്ചില്ല. വിളിക്കണം. ഒരു ക്ഷമാപണം പറയണം. ജീവിതം അവസാനിച്ചു എന്നു വിചാരിക്കല്ലേ, ഈ സിനിമ എപ്പോൾ തുടങ്ങിയാലും താൻ ഉണ്ടാകും എന്നും അറിയിക്കണം.

അതൊരു വെറും പറച്ചിലല്ല എന്ന് അയാൾക്ക് മനസ്സിലാകുമോ? അറിഞ്ഞുകൂടാ. കേവലം ഒരു നടി എന്നതിനപ്പുറം ഒരു മനുഷ്യനായി തന്നെ അയാൾ കണ്ടിട്ടുണ്ടോ? അറിഞ്ഞുകൂടാ.

ശ്രീബാല വിളിച്ചപ്പോൾ പ്രശാന്തിന്റെ ഫോൺ സ്വിച്ചോഫായിരുന്നു. ഇനി, എവിടെയാണെങ്കിലും ചെന്നൊന്നു നേരിട്ടു കാണുന്നതാണോ നല്ലത്? ശേഷം അപ്പോൾ തോന്നിയതു പോലെ പെരുമാറാം. അതല്ലേ ഉചിതം. അല്ലാതെ ആശ്വാസ വചനങ്ങൾകൊണ്ട് ആശ്വസിപ്പിക്കപ്പെടുമോ അയാളിലെ മനുഷ്യൻ? കലാകാരൻ?

ആബിദയും ഇന്ദുവും അനിതയും ഇവിടെ ഉണ്ടായിരുന്നെങ്കിൽ അവരെ ചെന്നു കാണാമായിരുന്നു.

“ദാ ഞാൻ തനിച്ചായി. പോകാൻ ഒരിടമില്ല എനിക്ക്. എങ്ങോട്ടെങ്കിലും കൊണ്ടുപോകൂ എന്നെ.” എന്നവരോട് പറയാമായിരുന്നു. പിന്നെ ശ്രീബാല സ്വയം അടക്കി. എന്തെന്നാൽ അതവർക്ക് മുറിവാകും. അവർ കരുതും- താനവരെ പ്രതി ചേർക്കുകയാണെന്ന്. ആരും പ്രതിയല്ല, ഇതിലൊന്നിലും.

ഉച്ചയ്ക്ക് വെറുതേ തോന്നി- ഒന്നു വേണുഗോപാൽ സാറിനെ വിളിച്ചാലോ? ഒരിക്കൽ എല്ലാത്തിനും ഉപദേശവുമായി, വഴികാട്ടി നിന്ന സംവിധായകനാണ്. സിനിമയിൽ നിന്നു വിട്ടശേഷം അങ്ങോട്ടും ഇങ്ങോട്ടും വിളിച്ചിട്ടില്ല. എന്നാലും എല്ലാം അദ്ദേഹവും അറിയുന്നുണ്ടാകുമല്ലോ?

ഈ ഘട്ടത്തിൽ എങ്ങോട്ടാണ് നീങ്ങേണ്ടതെന്ന് അദ്ദേഹത്തിനു ചൂണ്ടിക്കാണിക്കാനാവും. ഒരു പ്രതിസന്ധിയുമില്ലാത്ത കാലത്ത് സ്നേഹംകൊണ്ടുകൂടിയാവുമല്ലോ അളവിൽ കവിഞ്ഞ അടുപ്പം കാട്ടിയത്.

അതിന്റെ ബാക്കി ഉണ്ടാവണമെന്നില്ല. എന്നാലും ചോദിക്കാൻ തോന്നുന്നു. ചോദിക്കുന്നു.

വേണുഗോപാൽ സർ പുതിയ ചിത്രത്തിന്റെ തയ്യാറെടുപ്പുമായി സാമാന്യം തിരക്കിലായിരുന്നു. പക്ഷേ അദ്ദേഹം ഫോണെടുത്തു. ഒന്നു രണ്ടു വാക്കുകൾ പറഞ്ഞു. അതിനു പഴയ ഊഷ്മളതയില്ലെന്നു ശ്രീബാല വിചാരിച്ചു.

"സാർ വളരെ ദൂരെ നിൽക്കും പോലെ തോന്നുന്നു സർ. ഞാനറിയുന്ന സർ എന്റെ വളരെ അരികിലായിരുന്നു."

"എനിക്കൂഹിക്കാം ശ്രീബാലയുടെ മാനസികാവസ്ഥ. പക്ഷേ ഇതാണ് സിനിമ ശ്രീബാല."

അവൾക്കതു മനസ്സിലായില്ല. സർ അപ്പോൾ തുടർന്നു. "ഇതൊരു ഒഴുക്കാണ്. ബുദ്ധിപൂർവം ഇവിടെ നമ്മൾ ചങ്ങാടം തുഴയുക. ഒരിക്കൽ മറിഞ്ഞാൽ ഒഴുക്ക് നമ്മെ കൊണ്ടുപോയി കളയും. പിന്നെ നമുക്ക് കര കാണാൻ കഴിഞ്ഞെന്നുവരില്ല. ശ്രീബാല ഇടയ്ക്കുവെച്ചു ഈ നദി തന്നെ ഉപേക്ഷിച്ചുപോയ ഒരാളാണ്. തിരിച്ചുവരുമ്പോൾ പഴയ വെള്ളമല്ല; പഴയ ഒഴുക്കല്ല. അതെല്ലാം എന്നോ, എങ്ങോ ഒഴുകിപ്പോയിരിക്കുന്നു. ഇതു പുതിയ നദി തന്നെയാണ്. സ്വാഭാവികമായും ആ നദിയിൽ ചങ്ങാടം ഇറക്കുക എളുപ്പമല്ല. അവിടെ പഴയ ആളുകളുമില്ല സൗഹൃദം പങ്കിടാൻ.

അവർ ഒന്നുകിൽ ശ്രീബാലയെ പോലെ ഒഴുകിപ്പോയിട്ടുണ്ട്. അല്ലെങ്കിൽ തുഴഞ്ഞു തുഴഞ്ഞു അവർ വളരെ മുന്നിലെത്തിയിട്ടുണ്ട്."

"സാറെന്തേ ഇങ്ങനെ സംസാരിക്കുന്നു."

"ശ്രീബാലയുടെ വിളിയിൽ നിന്നേ എനിക്ക് തോന്നി- ഇയാൾ കാര്യങ്ങൾ കൃത്യമായി കാണുന്നില്ലാന്ന്. പരാതിയിൽ നിന്ന് അതു കൂടുതൽ വ്യക്തമായി. ഒരിക്കൽ ശ്രീബാല വലിയ താരമായിരുന്നു. അന്നെനിക്ക് തന്നോട് അടുപ്പവും ഉണ്ടായിരുന്നു. പക്ഷേ അതു വ്യക്തിപരം മാത്രമല്ല. പ്രൊഫഷണലായ അടുപ്പം കൂടിയാണ്. തനിക്ക് അന്ന് അത്രയും മാർക്കറ്റില്ലായിരുന്നേ, ഞാൻ തനിക്ക് വേണ്ടി അത്രയും സമയം ചെലവഴിക്കുമായിരുന്നോ? ഞാൻ മാർക്കറ്റില്ലാത്ത സംവിധായകനായിരുന്നേ എന്നെ ശ്രീബാല സഹിക്കുമായിരുന്നോ? ഇന്നിപ്പോൾ ശ്രീബാല എന്നെ വിളിച്ചതും, ശ്രീബാല എങ്ങോ പോയപ്പോഴും ഞാനെങ്ങും പോവാതെ ഇവിടെ സക്സസ്ഫുള്ളായി നിൽക്കുന്നതുകൊണ്ടാണ്."

വീട്ടിലെത്തിയ പ്രശാന്തിനെ ചെന്നുകണ്ട അച്ഛനും അമ്മയും അരവിന്ദേട്ടനും പ്രകാശനും വിദ്യയും വിനോദും ജലജയും ഒരേ സ്വരത്തിൽ പറഞ്ഞു- "ഈ നിർമാതാവിനു ചെലവായ പണം നൽകി, ചിത്രം മറ്റൊരു നിർമാതാവിനെ കൊണ്ട് ഏറ്റെടുപ്പിക്കുക. രാജൻ പോളിനെ കണ്ടല്ലല്ലോ നീ ചലച്ചിത്ര ജീവിതം തുടങ്ങിയത്. ഒരു രാജൻപോൾ പോയാൽ മറ്റൊരാൾ."

അങ്ങനെയൊക്കെ പറയാൻ എളുപ്പമാണ്. സിനിമയിൽ നിർമാതാവിനെ കിട്ടുകയാണ് ഏറ്റവും ദുഷ്കരം. സംവിധായകരെയും അഭിനേതാക്കളെയും എഴുത്തുകാരെയും എത്ര വേണമെങ്കിലും ലഭിക്കും. പക്ഷേ അവർക്കുവേണ്ടി പണം മുടക്കാൻ, വിജയിക്കുമെന്ന് ഒരു ഗ്യാരണ്ടിയുമില്ലാത്ത 'രണ്ടു മണിക്കൂർ മാജിക്' നിർമിക്കാൻ ചങ്കുറപ്പുള്ള ആളുകൾ കുറഞ്ഞുവരികയാണ് ഇപ്പോൾ. അപ്പോൾ പിന്നെ വ്യത്യസ്തമായ സിനിമ നിർമിക്കാൻ എത്ര പേരുണ്ടാകും? സിനിമയ്ക്ക് പുറത്തുനിൽക്കുന്നവർക്ക് ഇതൊന്നും മനസ്സിലാവുകയില്ല. സിനിമയിൽ ഉള്ളവർ ഇതങ്ങ് പരസ്യമായി അംഗീകരിക്കുകയുമില്ല.

ലൊക്കേഷനിൽ നിന്നു ഗ്രാമത്തിലെ വീട്ടിലേക്കാണ് പ്രശാന്ത് മടങ്ങിയത്. ആ വീട് അയാളുടെ വിയർപ്പാണ്. ചെത്തിത്തേക്കാതെ, ഇഷ്ടികയും മണ്ണും ഒക്കെ ഉപയോഗിച്ച് ആ വീട് നിർമിക്കുമ്പോൾ, മണ്ണ് കുഴക്കാനും, കട്ട ചുമക്കാനും വരെ അയാൾ കൂടിയിട്ടുണ്ട്. അതുകൊണ്ട് വീട്ടിലേക്ക് വരുമ്പോഴെല്ലാം വല്ലാത്ത ഒരുതരം തണുപ്പ് അയാൾ അനുഭവിക്കാറുണ്ട്.

പക്ഷേ ഇപ്പോൾ ആ തണുപ്പ് വന്ന് അയാളെ പുതച്ചില്ല. അകത്തു കയറിയ പാടെ പഴയ ചാരുകസേരയിലേക്ക് അയാൾ വീണു. ചെയ്യുന്നതൊന്നും ഉദ്ദേശിച്ച ലക്ഷ്യത്തിലെത്തുന്നില്ല. താനിനി എന്താണ് ചെയ്യേണ്ടത്? സിനിമയിൽ നിന്നുതന്നെ പിൻവാങ്ങുകയോ? തന്നേക്കാൾ എത്രയോ താഴെ നിൽക്കുന്നവർ പോലും അവരർഹിക്കുന്നതിലും വലിയ ഉയരങ്ങൾ കീഴടക്കിക്കൊണ്ടിരിക്കുന്നു. അവരോട് ആരോടും വിദ്വേഷമോ അസൂസയയോ ഇല്ല. അത് അവരുടെ മിടുക്ക്. പക്ഷേ എന്തുകൊണ്ട് തനിക്ക് മാത്രം തന്റെ പ്രതിഭയോട് നീതി പുലർത്താനാവുന്നില്ല. തന്റെ വഴി മാത്രം സദാ പാതിക്കുവെച്ച് അടഞ്ഞുപോകുന്നു.

പ്രശാന്ത് പിന്നെ വീട്ടിലേക്കും കാറിലേക്കും ഒന്നു നോക്കി. ജീവിതം ബാക്കിതന്ന ഏക വസ്തുവകകളാണിവ. നഷ്ടപ്പെടട്ടെ- അവയും താൻ തന്നെ സ്വയം ഇല്ലാതായിക്കൊണ്ടിരിക്കുമ്പോൾ മറ്റു നഷ്ടങ്ങൾ സംഭവിച്ചാലെന്ത്? ഇല്ലെങ്കിലെന്ത്?

ഇടയ്ക്ക് അയാൾ ശ്രീബാലയെക്കുറിച്ച് ആലോചിച്ചു- ഇറങ്ങുമ്പോൾ അവരോട് യാത്ര പറയാമായിരുന്നു.

"എനിക്കറിയാം. ശ്രീബാലയല്ല ഒന്നിനും കാരണം. അതുകൊണ്ടു പിണക്കമോ ശത്രുതയോ ഇല്ല. എന്റെ മുന്നിലെ യാഥാർത്ഥ്യം ഏറ്റുവാങ്ങുന്നു. അംഗീകരിക്കുന്നു." അങ്ങനെ പറയാമായിരുന്നു.

പക്ഷേ അതിനുള്ള ആത്മബലം ഇല്ലെന്നു തോന്നി.

എത്ര മറച്ചുപിടിച്ചാലും സങ്കടത്തിന്റെ ഒരു അരുവി ഉള്ളിലുണ്ട്. അത് ആരുടെ മുൻപിലും പൊട്ടി ഒഴുകേണ്ടതില്ല.

അവർക്ക് വേദനയുണ്ടാവും. അവരുടെ തിരിച്ചുവരവ് മുടങ്ങിയതിനേക്കാൾ തന്റെ ഭാവി ഇരുട്ടിലായിപ്പോയത് അവരെ അലട്ടിയേക്കാം.

അങ്ങനെ ഒരു നന്മയൊക്കെ അവരിലുണ്ട്. എന്തായാലും അവർക്ക് വേറെ ചിത്രങ്ങൾ ലഭിക്കട്ടെ. അവരുടെ ജീവിതവും വീണ്ടും തളിർക്കട്ടെ.

സന്ധ്യയോടെ പ്രശാന്ത് നടക്കാനിറങ്ങി. പണ്ടുനടന്ന വഴികളിലൂടെ വെറുതേ. മുൻപൊക്കെ ഇതിലൂടെ നടക്കുമ്പോൾ ഈ മണ്ണും ചെടികളും മരങ്ങളും ഒക്കെയാണ് തന്നെ രൂപപ്പെടുത്തിയതെന്ന് പ്രശാന്തിനു തോന്നുമായിരുന്നു. ഇന്നു നടക്കുമ്പോൾ അങ്ങനെ ഒരു തോന്നലും കയറിവന്നില്ല. എവിടെയും ഉറക്കാത്ത ചിന്തകളോടെ അങ്ങു നടന്നുവെന്നു മാത്രം.

നടന്നു പുഴയോരത്തെത്തിയപ്പോൾ അവിടെ കാറ്റുകൊള്ളാനെത്തിയവരെക്കൊണ്ട് നിറഞ്ഞിരുന്നു. ആരെയും കാണാതിരിക്കാൻ ശ്രമിച്ചു. എന്നിട്ടും ചിലർ പിടിച്ചുനിർത്തി "പടം നിന്നുപോയി അല്യോ. സിനിമാ മാസികയിൽ ഉണ്ടായിരുന്നു" എന്നു ചിരിച്ചു. ആ പറച്ചിലുകളിലെല്ലാം നിഗൂഢമായ ആഹ്ലാദമുണ്ടെന്ന് തോന്നി. തങ്ങളുടെ കൂട്ടത്തിലൊരാൾ പൊടുന്നനെ അങ്ങു പ്രശസ്തനായതു വെറും ഭാഗ്യംകൊണ്ടാണെന്നു പലരും ധരിച്ചിട്ടുണ്ട്. ഇതിനു പിന്നിലെ വർഷങ്ങളുടെ വായന, ചിന്ത, ധ്യാനം ഇതൊന്നും ആരും കണ്ടിട്ടില്ലല്ലോ. പ്രശാന്തിന് എന്തായാലും ആരെയും നിരാശനാക്കാൻ തോന്നിയില്ല. "ഇനി ആ പടം വീണ്ടും തുടങ്ങാൻ സാധ്യതയില്ലെന്നു" കൂടെ അവൻ കൂട്ടിച്ചേർത്തു. ആളുകൾ ആഘോഷിക്കട്ടെ.

എപ്പോഴോ ഇരുട്ട് അവിടെ മറിഞ്ഞുവീണു. പ്രശാന്ത് അതൊന്നും അറിഞ്ഞതേയില്ല. ആളുകൾ ഓരോന്നോരോന്നായി എഴുന്നേറ്റു പോയിക്കൊണ്ടിരുന്നു. അതിനിടയിൽ നിർമാതാവ് രാജൻ പോൾ മൊബൈലിൽ വിളിച്ചു. "താൻ എന്തു ചെയ്യുവാ ഇപ്പോ" എന്ന ചോദ്യവുമായി.

പ്രശാന്തിന് ഒന്നും പറയാനുണ്ടായിരുന്നില്ല.

"എടോ തനിക്ക് നിരാശയുണ്ടാവും. എനിക്കറിയാം. മറ്റുള്ളവർ തന്നെ പറഞ്ഞു കേൾപ്പിച്ചതു പോലെ ഞാൻ തന്നോടുള്ള വാശിക്ക് പടം നിർത്തിയതൊന്നുമല്ല. ഒരു വിധത്തിലും ചാനലുകൾ നമ്മുടെ പടം എടുക്കില്ലെടോ. ഹീറോ ഓറിയന്റഡല്ലല്ലോ ചിത്രം. അപ്പോൾ പിന്നെ ഓടിയില്ലെങ്കിൽ എനിക്കുണ്ടാവുന്ന നഷ്ടം താൻ ഓർത്തുനോക്കിക്കേ. താൻ പറഞ്ഞിരുന്നു - ഷൂട്ടിംഗ് തീരുമ്പോഴേ കച്ചവടം ആവൂന്ന്- ഇതു അതും ആവില്ലാന്ന് ഉറപ്പായപ്പോ ഞാനെന്തു ചെയ്യാനാ."

പ്രശാന്ത് അപ്പോഴും മിണ്ടിയില്ല.

"തന്നെ ഒന്നു വളച്ചുനോക്കി. സമ്മർദ്ദത്തിലാക്കി നോക്കി. താൻ വഴങ്ങില്ലാന്നറിയാം. തന്റെ ഒരു സ്വപ്നമല്ലേ ഈ സിനിമ. പക്ഷേ എന്റെ കഴിഞ്ഞ മൂന്നു പടങ്ങളും പൊളിഞ്ഞു. കിടപ്പാടം മാത്രമേ ഇനി വിൽക്കാനുള്ളൂ. അറിയാലോ മൂന്നു പെൺകുട്ടികളാ എനിക്ക്."

"എനിക്ക് പരാതിയില്ല രാജൻ. ഇതു നമ്മുടെ വിധിയാന്നു വിചാരിക്കാം."

“നല്ല സിനിമാന്നു പറഞ്ഞു എടുത്തതാ ആ മൂന്നു സിനിമകളും. അതൊന്നും ഇവിടെ ആർക്കും വേണ്ടെടോ. പിന്നെ ഈ ചുളുവിൽ ഞാൻ നന്ദൻസാറിന്റെ കൂടെ കൂടിയിരിക്കുവാ. ഒരു ഡേറ്റ് ഒപ്പിക്കാൻ. താനും ഇങ്ങനെ പക്കാ കൊമേഴ്സ്യലായി എന്തെങ്കിലും ആലോചിക്ക്.”

“നന്നായി. എല്ലാ ആശംസകളും.”

ശേഷം പ്രശാന്ത് ഫോൺ കട്ട് ചെയ്തു. രാജനെ തനിക്ക് മനസ്സിലാവും. പക്ഷേ തനിക്ക് ഇനി അയാളുടെ വാക്കുകളുടെ മാർഗനിർദേശം ആവശ്യമില്ല.

അപ്പോൾ പുഴയും ഇരുട്ടു വീണു കറുത്തിരുണ്ടിരുന്നു.

രാത്രി പുറത്തുനിന്നു ഭക്ഷണം കഴിച്ചില്ല. സ്വയം ഇത്തിരി കപ്പ പുഴുങ്ങി മുളകും ഉള്ളിയും പുളിയും ചേർത്തു കുത്തി ചതച്ചെടുത്തു, അതു വെളിച്ചെണ്ണയിൽ ചാലിച്ചു. ഓംലറ്റും ഉണ്ടാക്കി. അതു കഴിക്കാൻ തുടങ്ങവേയാണ് പടികടന്നു വെളിച്ചം വരുന്നതു ശ്രദ്ധിച്ചത്.

ഇറങ്ങിച്ചെന്നപ്പോൾ കണ്ടു- ടാക്സിയിൽ നിന്നു ഒരു ബാഗുമായി ഇറങ്ങുന്ന ശ്രീബാല.

പ്രശാന്തിന് ഒന്നും പിടികിട്ടിയില്ല.

“സാറിന്റെ വീടു കണ്ടുപിടിക്കാൻ ബുദ്ധിമുട്ടി.”

“ആദ്യം കയറിവരൂ. പിന്നെ സർ വിളി നിർത്തൂ. ഞാൻ ഇപ്പോൾ ആരുടെയും സംവിധായകനല്ല.”

“അതു നിർത്താം. എന്നാലും അത്ര നിരാശപ്പെടേണ്ട. പിന്നെ എനിക്ക് ഭീകരമായ വിശപ്പുണ്ട്.”

“ഞാൻ വണ്ടിയെടുക്കാം. നമുക്ക് ടൗണിൽ പോകാം. അവിടെയേ നല്ല ഹോട്ടലുകളുള്ളൂ.”

“അടുക്കളയിൽ നിന്നു വരുന്ന മണം അത്ര മോശമല്ല.”

“അതു ശ്രീബാല കഴിക്കുമോ?”

പക്ഷേ ശ്രീബാല നേരെ അടുക്കളയിൽ കയറി. ഉള്ളതെല്ലാം രണ്ടു പ്ലേറ്റുകളിലാക്കി. അയാളും കൂടെ നിന്നു.

കഴിക്കുന്നതിനിടയിൽ ശ്രീബാല പറഞ്ഞു. “എനിക്കൊന്നു പ്രശാന്തിനെ കാണണം എന്നു തോന്നി.”

പ്രശാന്ത് അവരെ നോക്കി.

“ഒരു കുട്ടിയുടെ കൗതുകത്തോടെയും ഉത്സാഹത്തോടെയുമാ പ്രശാന്ത് ജോലി ചെയ്തിരുന്നത്. ഇതൊരു ജോലിയല്ല, ജീവിതമാണ് എന്ന മട്ടിൽ... എനിക്കതു മനസ്സിലാവും. അറിഞ്ഞിടത്തോളം സ്വയം തെളിയിക്കാനുള്ള ഒരു പാച്ചിലിലായിരുന്നു പ്രശാന്ത്. അതു മുടങ്ങിയതു പ്രശാന്ത് തന്നെ തിരഞ്ഞെടുത്ത ഞാൻ കാരണവും. വാക്കുകൊണ്ട് പറയുന്നതിലും വലിയ വേദനയുണ്ട് എനിക്ക്.”

"അങ്ങനെ കരുതണ്ട ശ്രീബാലാ. ശ്രീബാലയുടെ തിരിച്ചുവരവും സ്പോയിൽഡായല്ലോ? കുറച്ചുകൂടി വലിയ നിർമാതാവിനെയാണ് ഞാൻ കണ്ടെത്തിയിരുന്നതെങ്കിൽ ഈ ദുരന്തവും ഒഴിവാക്കാമായിരുന്നു. അങ്ങനെ ആലോചിച്ചാ ഞാനാ സോറി പറയേണ്ടത്."

"അതെല്ലാം വിടൂ. പറ്റുമെങ്കിൽ ഈ ചിത്രം വേഗം തുടങ്ങൂ. അല്ലെങ്കിൽ ഈ സിനിമയെയും എന്നെയും ഒക്കെ വിട്ടുകളയൂ. പുതിയ ചിത്രം തുടങ്ങൂ. ഇയാൾ വേഗം ഇൻഡസ്ട്രിയിൽ തിരിച്ചു ചെല്ലൂ."

ആ വാക്കുകൾ പ്രശാന്തിനെ തൊടാതിരുന്നില്ല. സിനിമയിൽ ആരും ആരോടും ആശ്വാസ വചനങ്ങൾ പറയാറില്ല. വീണിടത്തു നിന്ന് എഴുന്നേൽക്കാൻ സാന്ത്വനം നിറഞ്ഞ ഒരു നോട്ടം പോലും എറിഞ്ഞു കൊടുക്കാറില്ല.

വീണവരെ തിരിഞ്ഞുനോക്കാതെ, അവിടെ ഉപേക്ഷിച്ച് എല്ലാവരും മുന്നോട്ടുമാത്രം കുതിക്കുന്നു. അതവരുടെ കുറ്റവുമല്ല. ഒരു നിമിഷം തിരിഞ്ഞുനിന്നാൽ, പിന്നാലെ വരുന്നവർ അവരെ തള്ളിവീഴ്ത്തി കടന്നുപോകും. സിനിമ മുന്നോട്ട് ഓടുന്നവരുടെ മാത്രം കളമാണ്.

പ്രശാന്ത് വെറുതെ ശ്രീബാലയെ നോക്കി. ശ്രീബാല പറഞ്ഞു. "ചിലപ്പോൾ നമ്മളെല്ലാം പരാജയത്തിൽ സുഖം കണ്ടെത്തും. അതൊരു ലഹരിയായി കൊണ്ടു നടക്കും. ഇയാൾ എങ്കിലും അങ്ങനെയാവരുത്.... ദയവുചെയ്ത്"

പിന്നെ ഇരുവരും മുറ്റത്ത് കസേരയിട്ടിരുന്നു. മഞ്ഞുപെയ്തു കൊണ്ടിരുന്നതൊന്നും അറിയാതെ വർത്തമാനത്തിലായി. ശ്രീബാല തന്നെക്കുറിച്ച്, പ്രശാന്ത് അയാളെക്കുറിച്ചും. തങ്ങൾ കടന്നുവന്ന വഴി കളിൽ ഒരേ വിഷാദവും ഒരേ ധർമസങ്കടങ്ങളും അല്ല പതിയിരിപ്പുണ്ടാ യിരുന്നതെങ്കിലും അവർക്ക് പരസ്പരം തൊടാനായി. എന്തായാലും ഒടുവിൽ ഏതാണ്ട് ഒരേ ഭൂമികയിലാണ് തങ്ങൾ എത്തിനിൽക്കുന്നത് എന്നെങ്കിലും അവരറിഞ്ഞു. വല്ലാത്ത ഒരുതരം ശൂന്യതയുടെ ഭൂമിക.

ഇടയ്ക്ക് ശ്രീബാല വേണുഗോപാൽ സാറിന്റെ വാക്കുകളും നിരത്തി. പക്ഷേ ആ മുറിവ് ഒരു മുറിവായി പ്രശാന്ത് എടുത്തില്ല.

പ്രാക്ടിക്കലാവാൻ അദ്ദേഹം ഓർമപ്പെടുത്തിയതാവാം എന്നായി അയാൾ.

"എന്തായാലും എന്റെ മുൻപിൽ ഇപ്പോൾ ഒരു ചിത്രവുമില്ല. അതേ ക്കുറിച്ച് ആലോചിക്കാവുന്ന മാനസികാവസ്ഥയിലുമല്ല. ശ്രീബാല മുന്നിലെ വഴിയെ കുറിച്ചു പ്രാക്ടിക്കലായി ആലോചിക്കൂ എന്നേ എനിക്കുള്ളൂ." പ്രശാന്ത് ഉള്ളിൽ തൊട്ട് പറഞ്ഞു.

"എന്നെപ്പോലെ പുതിയ ഒരാളുടെ ചിത്രം മുടങ്ങിയതിന്റെ പേരിൽ സ്റ്റക്കാവാതെ, സ്വന്തം ആകാശത്തിലേക്ക് പറക്കൂ മാഡം" എന്നയാൾ, പിന്നെ ഉറക്കെ ചിരിച്ചു.

ശ്രീബാലയ്ക്ക് ആ ചിരിയുടെ പിന്നിലെ നോവു കാണാനാകുന്നു ണ്ടായിരുന്നു.

വർത്തമാനങ്ങളുടെ പെരുമഴ അവസാനിച്ചപ്പോൾ പ്രശാന്ത് പ്രീ-ഡിഗ്രി കാലത്തെ തന്റെ ഒരു നോട്ട്ബുക്ക് ശ്രീബാലയെ കാട്ടി ക്കൊടുത്തു. ഒരുകാലത്ത് ശ്രീബാല അഭിനയിച്ച ചിത്രങ്ങളിൽ നിന്നുള്ള ചില ബ്ലാക്ക് ആന്റ് വൈറ്റ് ഫോട്ടോകളായിരുന്നു. അതിൽ നിറയെ - അന്നത്തെ പത്രമാസികകളിൽ നിന്നു വെട്ടി ഒട്ടിച്ചവ.

വിസ്മയംകൊണ്ട് കണ്ണുചിമ്മി ശ്രീബാല ചോദിച്ചു. "അപ്പോ താനന്ന് എന്റെ അത്ര വല്യ ഫാനായിരുന്നോ?"

"ഫാനാണോ പങ്കയാണോ എന്നൊന്നും അറിയില്ല. ഡിഗ്രിക്ക് പഠി ക്കുമ്പോഴും ഇദ്ദേഹത്തിന്റെ ചിത്രങ്ങൾ രണ്ടും മൂന്നും തവണ കാണാ റുണ്ട്. അതിനെന്നെ ഒരു ഗേൾഫ്രണ്ട് കളിയാക്കാറുമുണ്ട്."

"എന്നിട്ട് ഞാൻ അഭിനയിക്കുമ്പോ- നന്നായി. ഒരു അഭിനന്ദനം പോലും എനിക്ക് തന്നില്ല."

"ഇത്തവണ സ്ക്രീനിൽ നന്നായിട്ടുണ്ടേ. അതിന്റെ ക്രെഡിറ്റ് കൂടുതലും സംവിധായകനാ."

"യൂ.ആർ. റൂത്ത്ലെസ് ലി ഹോണസ്റ്റ്."

ശ്രീബാല പൊട്ടിച്ചിരിച്ചു.

"രാത്രി ഒരുപാട് വൈകി. കിടക്കാം."

"ശരി. കിടക്കാം."

"ഇവിടെ എ.സി ഇല്ല."

"തണുപ്പുണ്ട്. ഞാനത് അറിയുന്നുണ്ട്." ശ്രീബാല ചിരിക്കാതെ പറഞ്ഞു.

ശ്രീബാലയ്ക്ക് കിടക്കാൻ തന്റെ മുറിയാണ് പ്രശാന്ത് നൽകിയത്. കതകടച്ചതോടെ അവർ ഉറങ്ങിയെന്നു തോന്നി. അയാൾക്ക് ഉറക്കം വന്നതേയില്ല. കുറേ നേരം കഴിഞ്ഞപ്പോൾ ജലജ വിളിച്ചു. മുഖവുരയൊന്നുമില്ലാതെ അവൾ ചോദിച്ചു. "പടം മുടങ്ങിയതിനുശേഷം ശ്രീബാല നിന്നെ വിളിച്ചിരുന്നോ?"

"അവരിപ്പോ ഇവിടെയുണ്ട്."

"എനിക്കദ്ഭുതമില്ല. ഇങ്ങനെ ഒക്കെ സംഭവിക്കുമെന്ന് എനിക്കൊരു ഇൻട്യൂഷൻ ഉണ്ടായിരുന്നു."

പിന്നെ ജലജ ഫോൺ വെച്ചു. പ്രശാന്ത് തിരിച്ചു വിളിച്ചില്ല. എങ്ങനെയും ഈ ചിത്രം വീണ്ടും തുടങ്ങണമെന്ന് വിചാരിക്കുയായിരുന്നു അയാൾ.

പത്ത്

നേരം വെളുത്തപ്പോൾ മുറ്റത്ത് അയൽക്കാരുടെ കൂട്ടമുണ്ടായിരുന്നു. അതു തെല്ലും അപ്രതീക്ഷിതമായിരുന്നില്ല. ഇടയ്ക്ക് ചിലർ സ്വാഭാവിക മായെന്ന പോലെ ചോദിച്ചു.

"ഇന്നലെ ഇവർ ഇവിടാണോ കഴിഞ്ഞത്?"

പ്രശാന്തിന് ആ ചോദ്യത്തിന്റെ ആഴം തിരിച്ചറിയാതിരിക്കാനായില്ല. പക്ഷേ അവനതു ശ്രദ്ധിക്കാനേ പോയില്ല.

അന്നവർ ഗ്രാമത്തിലെ ചായക്കടയിൽ നിന്നാണ് ബ്രേക്ക് ഫാസ്റ്റ് കഴി ച്ചത്. ശ്രീബാലയ്ക്ക് അങ്ങനെ വേണമായിരുന്നു.

"കൗമാരം മുതൽ എനിക്കിതൊക്കെ മിസ് ചെയ്യുവാണ്. അഴികളിട്ട നാടൻ ചായക്കടയിലെ ചായകുടി, അവിടുത്തെ പരിപ്പുവട, ബോണ്ട, സുഖിയൻ.... പാടവരമ്പിലൂടെയുള്ള വെറുതേ നടത്തം, തോട്ടിൽ മീൻപിടുത്തം- ഇതൊക്കെ ക്യാമറയുടെ മുന്നിൽ ആക്ട് ചെയ്യുക മാത്ര മായിരുന്നില്ലേ ഞാൻ?"

"എങ്കിൽ നമുക്ക് മീൻ പിടിച്ചു കളയാം." പ്രശാന്ത് വാഗ്ദാനം നൽകി.

രാത്രി അരവിന്ദേട്ടനും പ്രകാശനും വിനോദും കൂട്ടുവന്നു. എല്ലാവരും കൂടി പുഴയിൽ ഞണ്ടുപിടിക്കാൻ പോയി. അരവിന്ദേട്ടനായിരുന്നു 'വലിയ മുക്കുവൻ.' കൽക്കെട്ടുകൾക്കിടയിൽ ഒളിച്ചിരിക്കുന്ന ഞണ്ടുകളുടെ കാലിൽ ഈർക്കിലി കുരുക്ക് മുറുക്കി വലിച്ചു പുറത്തിട്ടാണ് ഞണ്ടു പിടുത്തം. ശ്രീബാല അതിന്റെ രസത്തിലായിരുന്നു. ഒടുവിൽ ഒന്നു രണ്ടു ഞണ്ടുകളെ കഷ്ടിച്ച് അവരും പിടികൂടി എന്നുപറയാം.

പിറ്റേന്നു കള്ളുഷാപ്പ് സന്ദർശനമായിരുന്നു അജണ്ട. അരവിന്ദേട്ടൻ തന്നെ മുന്നിട്ടിറങ്ങി ആ ആഗ്രഹവും സാധിച്ചുകൊടുത്തു. ശ്രീബാലയെ കണ്ടു അമ്പരന്നു, നിശ്ശബ്ദരായി പതിവു കുടിയന്മാർ. പിന്നെ അവർക്കു വേണ്ടി ഗംഭീര ഗാനമേള ഒരുക്കി. "അല്ലിയാമ്പൽ കടവിലന്നു അരയ്ക്കു വെള്ളം" തൊട്ട് പുതിയ "മലരേ" വരെ അവർ തകർത്തു പാടി. "ഇത്രയും ഒറിജിനലായ ഒരു ഗാനമേള ജീവിതത്തിൽ അനുഭവിച്ചിട്ടില്ലെ"ന്നായി ശ്രീബാല.

പ്രശാന്തിനു ചിരി വരാതിരുന്നില്ല. താനും അത്രയൊന്നും അടുത്തു കാണാത്ത ജീവിതമാണ് തന്റെ മുന്നിൽ അരവിന്ദേട്ടൻ വിരിച്ചിടുന്നത് എന്നയാൾ അറിഞ്ഞു. അരവിന്ദേട്ടൻ ജോലികൊണ്ട് എത്രയോ ഉയരെ യാണെങ്കിലും, ചുറ്റുവട്ടത്തെ ഏറ്റവും സാധാരണക്കാരെ വരെ അറിയാം. അവർക്ക് അദ്ദേഹത്തോടും അതേ സ്നേഹമുണ്ട്.

ശ്രീബാല പറഞ്ഞു. "പ്രശാന്തിന്റെ അക്ഷരങ്ങൾക്ക് കുറച്ചുകൂടി ശക്തിയുണ്ടാവാൻ അരവിന്ദേട്ടന്റെ പിറകേ നടക്കൂ. അരവിന്ദേട്ടൻ ഒരു സംഭവാ."

അതു ശരിയാണെന്നു പ്രശാന്തിനും തോന്നി. താൻ ദൂരെ നിന്നു ജീവിതത്തെ നോക്കി ചിലതൊക്കെ പറയുന്നു. അരവിന്ദേട്ടൻ ജീവിത ത്തിൽ ചവിട്ടി നിൽക്കുകയാണ്. താൻ സാഹിത്യത്തിൽ വലിയ ചലന ങ്ങളുണ്ടാക്കാത്തത് അത്തരമൊരു ജീവിതത്തിന്റെ ഉൾക്കരുത്ത് ഇല്ലാതെ പോയതുകൊണ്ടാവാം. അതുണ്ടെങ്കിൽ തന്റെ സിനിമകൾ ഇനിയും മെച്ച പ്പെടും.

അങ്ങനെ ഒരാഴ്ചത്തെ കൗതുകങ്ങൾക്കും രസങ്ങൾക്കും ശേഷം ശ്രീബാല പറഞ്ഞു. "ഞാൻ പൊയ്ക്കോട്ടെ ഇനി."

പോകരുത് എന്നു പറയാനുള്ള ന്യായം ആരുടെയും പക്കലുമുണ്ടാ യിരുന്നില്ല.

"മുൻപത്തേക്കാൾ ഈ സിനിമ പൂർത്തിയാക്കാൻ ഞാൻ ആഗ്രഹി ക്കുന്നു. ഈ വരവിന്റെ അർത്ഥവും അതാണെന്ന് ഇപ്പോൾ ഞാൻ വിചാ രിക്കുന്നു." ആരോടെന്നില്ലാതെ അവർ പറഞ്ഞു.

ചെന്നൈയിൽ ശ്രീബാലയ്ക്ക് ഒരു ഫ്ളാറ്റുണ്ട്. അവിടെ തത്ക്കാലം തനിച്ചു താമസിക്കാനാണ് അവർ വിചാരിക്കുന്നത്. അതിനപ്പുറം എന്താ ണെന്ന് അവർക്കും അറിയില്ല.

"ഒറ്റയ്ക്ക് ഒരിടത്ത്.... ആകെ ബോറടിക്കില്ലേ" അരവിന്ദേട്ടൻ ചോദിച്ചു.

"എത്രയോ വർഷങ്ങൾക്കിടെ ബോറടിക്കാതിരുന്നതു ഈ ഷൂട്ടിലും ഇപ്പോ ഇവിടെ ചെലവഴിച്ച ഏതാനും ദിനങ്ങളിലുമാ. പിന്നെ അവിടെ തമിഴ് സിനിമയിൽ അവസരങ്ങൾ ലഭിക്കുമോന്നു നോക്കാം. ഇവിടെയും നല്ല ഓഫറുകളുണ്ടേ വരും. എന്നാലും താമസം അവിടെ മതി. ഇവിടാ വുമ്പോ ഒരുപാടു ചോദ്യങ്ങൾക്ക് മറുപടി നൽകി ഞാൻ തളരും."

അന്നു സ്വകാര്യമായി അരവിന്ദേട്ടൻ പ്രശാന്തിനോട് പറഞ്ഞു. "നമ്മുടെ എല്ലാവരുടെയും മനസ്സിൽ ഇവർ ഒരു നക്ഷത്രാ. പക്ഷേ പുൽക്കൊടിയേക്കാൾ താഴെയാ അവരുടെ നില. നിങ്ങളുടെ ഫീൽഡിൽ എല്ലാവരുടെയും കഥ ഇതാണോടാ."

അതുകേട്ട് പ്രശാന്ത് നിശ്ശബ്ദനായിപ്പോയി.

ഇങ്ങനെ ഒക്കെ നിരീക്ഷിക്കുന്ന അരവിന്ദേട്ടൻ ഒരു എഴുത്തുകാര നാവേണ്ടതായിരുന്നു എന്ന് അയാൾക്ക് തോന്നി. അതു പറഞ്ഞപ്പോൾ

“നീ പോടാ” എന്നു അരവിന്ദേട്ടൻ ചിരിച്ചു. “എന്തായാലും ഈ സിനിമ നിന്നെ ഞങ്ങളിലേക്ക് കൂടുതൽ അടുപ്പിച്ചിട്ടുണ്ടെ”ന്ന് അരവിന്ദേട്ടൻ പറഞ്ഞു.

പിന്നെ അവനെ വിളിച്ചുമാറ്റിനിർത്തി അരവിന്ദേട്ടൻ ഒന്നുകൂടി പറഞ്ഞു. “എനിക്കു നിന്നോട് എന്തെല്ലാമോ ഇനിയും സംസാരിക്കാനുണ്ട്. എന്താണെന്നു അത്ര വ്യക്തമല്ലതാനും. ഇനിയൊരിക്കലാവാം. അല്ലേ?”

തീരാത്ത കൗതുകമുണ്ടായെങ്കിലും പ്രശാന്ത് തലകുലുക്കി. അരവിന്ദേട്ടൻ അവന്റെ തോളിലൊന്നു തട്ടി നടക്കുകയും ചെയ്തു.

പോകുന്നതിനു മുമ്പ് ശ്രീബാലയും പ്രശാന്തും നഗരത്തിലേക്കിറങ്ങി. ശ്രീബാല അയാൾക്ക് ഒരു ലാപ്ടോപ് വാങ്ങി സമ്മാനിച്ചു. “ഇയാൾ ഒട്ടും ടെക്കിയല്ല. ഇത്തിരി ആയേ പറ്റൂ. ഇടയ്ക്ക് എനിക്ക് മെയിൽ ചെയ്യൂ. എനിക്ക് ആരാധകരല്ലാതെ ഇതുവരെ ആരും കത്തെഴുതിയിട്ടുമില്ല-”

“കൂട്ടുകാർക്കെല്ലാം കത്തെഴുതി നടന്ന ഒരു കാലം എനിക്കുണ്ടായിരുന്നു. ആ മനസ്സു തിരിച്ചുകിട്ടാനിടയില്ല. ആ പ്രായം എന്നേ കഴിഞ്ഞുപോയി. എന്നാലും ശ്രമിച്ചുനോക്കാം.” പ്രശാന്ത് ചിരിച്ചു.

ശ്രീബാലയാവട്ടെ പ്രശാന്തിനെ വെറുതേ നോക്കിനിന്നു.

അന്നു രാത്രി ട്രെയിനിനു ശ്രീബാല പോയി. എ.സി കോച്ചിൽ അവരെ കയറ്റി ഇരുത്തി. “വീണ്ടും കാണാം” എന്നു പറഞ്ഞിറങ്ങുമ്പോൾ പ്രശാന്തിനു നഷ്ടബോധം അനുഭവപ്പെട്ടു. തിരിച്ചു വീട്ടിലെത്തിയപ്പോൾ വീടു ചത്തുമലച്ചു കിടക്കുകയാണെന്നു തോന്നി. എല്ലാവരും ഒഴിഞ്ഞുപോയി, മുറികൾ മാത്രം ബാക്കിയായ ഒരു ഊഷരഭൂമി.

പിറ്റേന്നു ശ്രീബാലയെ വിളിക്കാൻ മനസ്സു ഭാവിച്ചു. അവരതു ആഗ്രഹിച്ചിരുന്നതല്ലേ? പിന്നെ അറിയാതെ തോന്നി- ചെന്നൈയിലെത്തി പുതിയ ജീവിതത്തിലേക്ക് നടക്കുന്നതോടെ, ഈ കഴിഞ്ഞ ദിവസങ്ങളെല്ലാം അവർക്ക് പണ്ടെന്നോ അഭിനയിച്ചു മറന്ന ഒരു ചിത്രം മാത്രമായിരിക്കില്ലേ? അതല്ലേ സിനിമയുടെ ഒരു പതിവ്. ഉപഹാരങ്ങൾ അങ്ങോട്ടും ഇങ്ങോട്ടും കൈമാറുന്നതും സിനിമയിൽ ഒരു സാധാരണ കാര്യമല്ലേ? ശ്രീബാലയും അവിടെ എത്തി എന്നു മെസേജ് ചെയ്തതല്ലാതെ അയാളെ വിളിച്ചില്ല.

പക്ഷേ അവർ ഇടയ്ക്കിടെ മൊബൈൽ എടുത്തുനോക്കി. ചില കോളുകൾ വരുമ്പോൾ സ്ക്രീനിലേക്ക് ഉറ്റുനോക്കി നിരാശയായി.

ഇടയ്ക്ക് ശ്രീബാല ആബിദയെയും അനിതയെയും ഇന്ദുവിനെയും വിളിക്കാനാഞ്ഞു. അവരുടെ നൂറു ചോദ്യങ്ങൾ ഭയന്നു. ഓരോ തവണയും മൊബൈൽ തിരികെ വെച്ചു.

കുറേ നാൾ പകലുണ്ടാവുകയും രാത്രി അണയുകയും ചെയ്തതല്ലാതെ പ്രശാന്തിന്റെ ജീവിതത്തിലും മറ്റൊന്നും സംഭവിച്ചില്ല. ജീവിതം

നിശ്ചലമായിപ്പോകുന്നത് ഇങ്ങനെ ഒക്കെയാവാം എന്ന് ഇടയ്ക്കിടെ പ്രശാന്ത് പിറുപിറുത്തു.

പിന്നെ അപ്രതീക്ഷിതമായി അയാളുടെ മെയിലിൽ ഒരു ചോദ്യം കത്തിനിന്നു. "ഡൂ യൂ റിമംബർ മീ ഡയറക്ടർ സർ?" എന്ന ആ ചോദ്യത്തിന്റെ ഉടമ ശ്രീബാല തന്നെയായിരുന്നു.

അതോടെ നേരിയ ചിരിയോടെ പ്രശാന്ത് അവരുടെ നമ്പർ ഡയൽ ചെയ്തു. ഫോണെടുത്തപാടെ ശ്രീബാല പറഞ്ഞു. "സൗഹൃദം പുനഃസ്ഥാപിക്കാനുള്ള പുറപ്പാടല്ല കേട്ടോ. സർ സുചിത്രയെ വിളിക്കൂ. ചിത്രം വീണ്ടും തുടങ്ങാനാകും. ബാക്കി സുചിത്ര പറയും."

പ്രശാന്ത് മൂളി. അയാൾ ഫോൺ വെക്കും മുൻപ് ശ്രീബാല ഇതു കൂടി പറഞ്ഞു. "ഇനി ചിത്രം നടന്നാൽ എനിക്കും ചെലവുണ്ട്. എന്നെ ഒന്നുകൂടി ഞണ്ടുപിടിക്കാൻ ആ പുഴയിൽ കൊണ്ടുപോകണം."

സുചിത്ര പ്രശാന്തിന്റെ വിളി കാത്തിരിക്കുകയായിരുന്നു- അവരുടെ സുഹൃത്തായ മാർവാടി ചിത്രം ഏറ്റെടുക്കും. സുചിത്രയ്ക്ക് വിശ്വാസമുള്ള പ്രൊജക്ട് ആയതുകൊണ്ടു അയാൾക്ക് കഥപോലും കേൾക്കണമെന്നില്ല. ഉള്ളതു രണ്ടു നിബന്ധനകൾ മാത്രം- ഒന്നു സാങ്കേതിക പ്രവർത്തകരെല്ലാം സ്വന്തം പ്രതിഫലം കാര്യമായി കുറക്കണം.

ഏതു സിനിമയും പ്രതിസന്ധിയിലാവുമ്പോൾ അതിന്റെ രക്തസാക്ഷികൾ ടെക്നീഷ്യൻസാണ്. സിനിമ നടക്കണമെന്ന ആഗ്രഹം കൊണ്ടും പ്രശാന്തിന്റെ ആദ്യചിത്രമായതുകൊണ്ടും ഒരാളും വിലങ്ങുതടിയായില്ല. എത്ര വേണേ കുറച്ചോളൂ എന്നായിരുന്നു എല്ലാവരും പറഞ്ഞത്. രണ്ടാമത്തെ നിബന്ധന പ്രശാന്തിന്റെ ബാക്കി പ്രതിഫലം ചിത്രം വിജയമായാൽ മാത്രമേ നിർമാതാവ് നൽകൂ എന്നതാണ്. ചിത്രം പരാജയപ്പെട്ടാൽ പ്രതിഫലം പൂജ്യം. വഴിയേപോയ വയ്യാവേലിയാണു താൻ ചുമക്കുന്നത്, അതുകൊണ്ട് അതേ റിസ്ക് കന്നിചിത്രമായതുകൊണ്ട് സംവിധായകനും ഏൽക്കട്ടെ എന്നാണ് മാർവാടിയുടെ പക്ഷം.

പ്രശാന്തിനു മറുത്തുപറയാൻ ഒരവസരവും നൽകാത്ത നിബന്ധന.

രാജൻപോൾ ചെലവായ തുക വാങ്ങി ചിത്രത്തിന്റെ മുഴുവൻ അവകാശവും പുതിയ നിർമാതാവിനു എഴുതിക്കൊടുത്തു. പിരിയുമ്പോൾ "തനിക്ക് എന്നോട് ഇപ്പോഴും ദേഷ്യമുണ്ടോ" എന്നയാൾ പ്രശാന്തിനോട് ചോദിച്ചു. താൻമൂലം രാജനു നഷ്ടമുണ്ടാവാത്തതിൽ സന്തോഷം എന്ന് അയാൾ ആത്മാർത്ഥമായി മറുപടി നൽകി.

വീണ്ടും അണിയറ പ്രവർത്തകരെ ഒക്കെ വിളിച്ചുവരുത്തി പ്രശാന്ത് ചിത്രീകരണത്തിനു തയ്യാറെടുത്തു. അതിനിടയിൽ ഒരു ദിവസം ശ്രീബാലയെ വിളിച്ച് ആവശ്യപ്പെട്ടു. "ശ്രീബാല പറ്റുമെങ്കിൽ നാളെ തന്നെ പുറപ്പെടൂ."

"അതിന് ഷൂട്ടിനു ഇനിയും ഏതാനും ദിവസങ്ങളുണ്ടല്ലോ?"

"അങ്ങനെയെങ്കിൽ അങ്ങനെ."

ശേഷം പ്രശാന്ത് ഫോൺ വെച്ചു.

അവരോട് വരാൻ പറയേണ്ടിയിരുന്നില്ല. പക്ഷേ അങ്ങനെ പറയാനോ പറയാതിരിക്കാനോ ഒരാസൂത്രണവും തന്നിലുണ്ടായിരുന്നില്ലല്ലോ?

പക്ഷേ അന്നു രാത്രി തന്നെ ഫ്ളൈറ്റിൽ ശ്രീബാല എത്തി. സഹ സംവിധായകർക്കൊപ്പം ചർച്ചകളിലിരുന്നു പ്രശാന്ത്. എന്നിട്ടും ലോബിയിലേക്ക് ഇറങ്ങിച്ചെന്നു.

പരസ്പരം നോക്കിയെങ്കിലും ഇരുവരും ചിരിക്കാൻ മറന്നു.

പിന്നെ ലിഫ്ടിൽ തനിച്ചായപ്പോൾ ശ്രീബാല കൗതുകപ്പെട്ടു. "എന്തേ എന്നെ നേരത്തേ വിളിച്ചുവരുത്താൻ?"

തനിക്കറിയില്ലെന്നു പ്രശാന്ത് തലയാട്ടി. ലിഫ്ട് ഉയർന്നു, അവർ ഉയരത്തിലെത്തവേ ശ്രീബാല അയാളുടെ കൈയിൽ മെല്ലെ പിടിച്ചു.

അതു അവരുടെ ആദ്യത്തെ സ്പർശമായിരുന്നു.

പുതിയ നിർമാതാവ് ലൊക്കേഷനിൽ എത്തിനോക്കിയതേയുള്ളൂ. സുചിത്ര പറഞ്ഞതുകൊണ്ടു പണം മുടക്കുന്നു. അതിനപ്പുറം ഒരു താത്പര്യവും തനിക്കിതിൽ ഇല്ല എന്നതായിരുന്നു അയാളുടെ മട്ട്.

എന്നിട്ടും പ്രശാന്ത് അദ്ദേഹത്തോട് സ്നേഹത്തോടെയും ബഹുമാനത്തോടെയും പെരുമാറാൻ ശ്രമിച്ചു. വീണുപോയ തന്റെ കരിയർ ആ ദയയിലാണ് വീണ്ടും പച്ചപിടിക്കുന്നത്. തന്നെ അദ്ദേഹത്തിനു സഹായിക്കേണ്ട കാര്യമില്ല. എന്നിട്ടും സുചിത്ര പറഞ്ഞതുകൊണ്ട് സഹായിക്കുന്നു. താനതു വിസ്മരിക്കുന്നതെങ്ങനെ?

അതു കണ്ടാവാം പ്രശാന്തിന്റെ തോളിൽ തട്ടിക്കൊണ്ടു മുറി മലയാളത്തിൽ അയാൾ പറഞ്ഞു.

"ഇങ്ങനെ വിനയമൊന്നും കാണിക്കണ്ട. എനിക്ക് സിനിമയോടും സിനിമയിലുള്ളവരോടും വലിയ സെന്റിമെന്റ്സ് ഒന്നുമില്ല. സുചിത്രയോട് ഇത്തിരി ഉണ്ട് എന്നു പറയാം. പിന്നെ ചിത്രം നന്നായി ചെയ്താൽ സന്തോഷം ഇല്ലെങ്കിൽ എന്നേക്കാൾ നഷ്ടം തനിക്കാ."

സാധാരണ ആ വാക്കുകളിൽ ആർക്കും അസ്വസ്ഥത തോന്നേണ്ടതാണ്. പക്ഷേ പ്രശാന്ത് ചിരിച്ചു. "എനിക്കറിയാം സർ."

ആ നിമിഷം എന്തോ ഒരു തോന്നൽ ഉണ്ടായതു കൊണ്ടാവാം കർസൻദാസ് എന്ന ആ വൃദ്ധൻ തന്റെ പൂർവകാലം പ്രശാന്തിനു മുന്നിൽ നിരത്തി. അത് അയാളുടെയും അയാൾ കണ്ട സിനിമയുടെയും കഥയായിരുന്നു.

കർസൻദാസിന്റെ പിതാവും സിനിമയ്ക്ക് ഫൈനാൻസ് നൽകുമായിരുന്നു. അങ്ങനെ കുട്ടിക്കാലം മുതലേ സിനിമയുടെ ലോകത്തിലായി

അയാൾ. കൗമാരം കഴിഞ്ഞപ്പോൾ തമിഴിലെ ഒരു നായികയുമായി പ്രണയത്തിലായി. അവരുടെ ചിത്രങ്ങൾക്ക് പലതും പിതാവിനെ ക്കൊണ്ട് അയാൾ ഫിനാൻസ് ചെയ്യിച്ചിരുന്നു. അതിൽ ആവുന്നത്ര വിട്ടു വീഴ്ചകൾ ചെയ്യിക്കാനും അയാൾ മടിച്ചില്ല.

"എനിക്ക് ആ നടിയോട് വലിയ ആരാധനയായിരുന്നു. ഒരു കളങ്ക വുമില്ലാത്ത ഒരു കുട്ടി എന്നാ ഞാൻ ധരിച്ചത്. അവരുടെ അഭിനയ ത്തെയും ഞാൻ സ്നേഹിച്ചു. ഒരിക്കൽ അവരുടെ കഴുത്തിൽ താലി കെട്ടണം എന്നതായി പിന്നെ എന്റെ സ്വപ്നം. അതിനു ശേഷവും ആ കുട്ടി അഭിനയിച്ചോട്ടെ. അവളുടെ ഇഷ്ടങ്ങൾക്ക് ഞാൻ എതിരാകരു തല്ലോ. അത്തരം നിറം പിടിപ്പിച്ച കിനാവുകളുടെ ഒടുവിൽ ഒരു ദിവസം- ഞാനവളെ കണ്ടു. എന്റെ അച്ഛന്റെ കിടക്കയിൽ."

കർസൻദാസ് പൊടുന്നനെ നിശ്ശബ്ദനായി. ഏറെ നേരത്തിനു ശേഷം അയാൾ പറഞ്ഞു. "ഒരുപക്ഷേ നിവൃത്തികേടുകൾ കൊണ്ടാവാം അവളാ വഴിയിലൊക്കെ സഞ്ചരിച്ചത്. പക്ഷേ ഇത് എന്നോട് പറയാമായിരുന്നു. എന്റെ അച്ഛന്റെ കിടപ്പറ പതിവായി കാണാറുണ്ടെന്ന്..... എങ്കിൽ ഞാന വളെ മോഹിക്കുമായിരുന്നില്ല. പിന്നെ ഞാൻ മദ്രാസ് തന്നെ വിട്ടു. എവിടെ യൊക്കെയോ അലഞ്ഞു നടന്നു. ഏതാണ്ട് ഭ്രാന്തിന്റെ വക്കത്ത്. പക്ഷേ എന്റെ പിതാവ് എന്നെ ഒന്നിനും വിട്ടുകൊടുക്കാൻ ഒരുക്കമായിരുന്നില്ല. അദ്ദേഹം എന്നെ കണ്ടെത്തി. അദ്ദേഹത്തിന് എന്റെ പ്രണയത്തെക്കുറിച്ച് ഒന്നുമറിയില്ലായിരുന്നെന്നു കരഞ്ഞു. എനിക്ക് അദ്ദേഹത്തോടു ദേഷ്യമോ പകയോ തോന്നിയില്ല. എനിക്കറിയാമായിരുന്നു അദ്ദേഹം കള്ളം പറ യുകയല്ലെന്ന്. ഞാനാകെ മാറുകയായിരുന്നു. പിന്നെ പിതാവിന്റെ ബിസിനസ് ഞാൻ ഏറ്റെടുത്തു. എന്റെ കിടപ്പറയിലേക്ക് ആ നടിയെ യാണ് ഞാനാദ്യം ക്ഷണിച്ചത്. പോകുമ്പോൾ പിതാവു നൽകുന്നതു പോലെ ഞാനവർക്ക് പ്രതിഫലം നൽകി. കൃത്യം തുക. പിന്നെ ആ വഴിയിലൂടെയുള്ള ഒരു ഓട്ടമായിരുന്നു എന്റേത്. ആ പാച്ചലിനിടയിൽ ഞാൻ ആരെയും സ്നേഹിച്ചിട്ടില്ല. എന്നെ ആരെങ്കിലും സ്നേഹിക്കണ മെന്ന് ആഗ്രഹിച്ചിട്ടില്ല. അതെനിക്ക് വേണ്ടാതാനും. ഇന്നിപ്പോൾ സിനിമ മാറി. എന്നെ പോലുള്ളവർക്ക് ഇര പിടിക്കാനുള്ള കാടല്ല ഇപ്പോ സിനിമ. ഇപ്പോഴത്തെ പെൺകുട്ടികൾ അതിനു നിന്നു തരില്ല. അതിലും പരിഭവ മില്ല. എന്റെ ഒക്കെ കാലം കഴിഞ്ഞെന്നു വിചാരിക്കുന്നു."

കർസൻദാസ് ശൂന്യതയിലേക്ക് നോക്കി ചിരിച്ചു.

"ഭാര്യക്ക് എന്റെ ഈ ദൗർബല്യങ്ങളും ജീവിതവും ഒക്കെ അറിയാം. അവർ ഒരു സാധുവാണ്. അവർക്കെന്നെ എതിർക്കാനും കഴിവില്ല. പക്ഷേ എന്റെ പെൺമക്കൾ ടീനേജിലെ എനിക്കെതിരെ തിരിഞ്ഞു. അവർ എന്നെയും എന്റെ ജീവിതവും വെറുക്കുന്നു. അവരിപ്പോ യു.എസിലാണ്. ജോലിയായി അവിടെ ജീവിക്കുന്നു. എന്നോട് പേരിനു പോലുമില്ല അടുപ്പം. അമ്മയാണ് അവർക്ക് എല്ലാം."

"എല്ലാം ശരിയാവും സർ ഒരിക്കൽ" പ്രശാന്ത് ഭംഗിവാക്ക് പറഞ്ഞു.

"ഒരിക്കലുമില്ല ഡയറക്ടർ സർ. ഇപ്പോഴത്തെ പല കുട്ടികളും ഉറച്ച നിലപാടുള്ളവരാണ്. എന്റെ മക്കൾ പ്രത്യേകിച്ചും. അതിനവരെ കുറ്റപ്പെടുത്താനും കഴിയില്ലല്ലോ."

"പക്ഷേ ജീവിതം സാറിനെ മാറ്റിയിട്ടുണ്ടല്ലോ."

"എന്നു ഞാനും ചിലപ്പോൾ വിചാരിക്കാറുണ്ട്. പക്ഷേ അങ്ങനെയല്ല സത്യം എന്ന് എനിക്കറിയാം. മനസ്സുകൊണ്ട് ഞാനിപ്പോഴും പലരുടെയും കിടപ്പറകളിൽ കയറാറുണ്ട്. ഒരാൾ മാറുക എന്നു പറഞ്ഞാൽ.... എളുപ്പമാണോ അത്? എനിക്കറിഞ്ഞുകൂടാ."

പ്രശാന്ത് ആ വിചിത്ര മനുഷ്യനെ നോക്കി അങ്ങനെ ഇരുന്നു. പഴയ കോടമ്പാക്കം സിനിമയുടെ ഒരു പ്രതിരൂപമാവാം ഈ മനുഷ്യൻ. അല്ലെങ്കിൽ ഫോസിൽ. പക്ഷേ തനിക്കു ഒരു മറയിടാനും അദ്ദേഹം ശ്രമിക്കുന്നില്ല. താൻ എന്താണോ, അങ്ങനെ തന്നെ സ്വയം വെളിവാക്കുന്നു. അതു ധീരമായ നിലപാടാണ്. സത്യസന്ധതയാണ്. അങ്ങനെ ഒരു ആദരവ് അദ്ദേഹത്തോട് തോന്നുന്നുമുണ്ട്.

"ഇയാൾ വളരെ സെന്റിമെന്റലാണെന്നു തോന്നുന്നു." പ്രശാന്തിനെ നോക്കി ചിരിച്ചു. കർസൻസാദ് തുടർന്നു. "ചിലരോടൊക്കെ അങ്ങനെ തോന്നാം. എത്ര നിയന്ത്രിച്ചിട്ടും ഞാനും അങ്ങനെയായിട്ടുണ്ട്. എന്നാലും അരുതെന്നേ ഞാൻ പറയൂ. സിനിമ ആളുകളെ വിശ്വസിപ്പിക്കലല്ലേ? സിനിമയിലുള്ളവരും; മിക്കവരും അങ്ങനെ തന്നാ.

മറ്റുള്ളവരെ വിശ്വസിപ്പിക്കുന്നു- അവർ കഴിവുള്ളവരാണ്, സത്യസന്ധരാണ്.... അങ്ങനെ പലതും.

അതായത് സിനിമയ്ക്ക് അകത്താണ് ഏറ്റവും വലിയ സിനിമ. അതറിഞ്ഞാൽ ഒരിക്കലും കബളിപ്പിക്കപ്പെടില്ല. ലോകത്തിലെ ഏറ്റവും വലിയ വേദന അതാ- പറ്റിക്കപ്പെടുക.... അതു നിങ്ങളെ എന്നന്നേക്കുമായി തകർത്തു കളയും."

പ്രശാന്തിനു മനസ്സിലായി- തന്റെ അനുഭവങ്ങളുടെ ചവിട്ടുകല്ലിൽ നിന്നാണ് ആ മനുഷ്യൻ സംസാരിക്കുന്നത്. എപ്പോഴും ലോകം ഇതൊന്നുമല്ല എന്ന് അങ്ങനെ ഒരാളോടു പറയുക എളുപ്പമല്ല. അതിനേക്കാളേറെ, പ്രശാന്തിന് ആ മനുഷ്യനോട് സംസാരിക്കുന്നതു തന്നെ അസ്വസ്ഥതയായി. ഹൃദയത്തിലാകെ കട്ടപിടിച്ച ഇരുട്ട് മറിഞ്ഞു വീഴുന്നതു പോലെ....

അതറിഞ്ഞപോലെ കർസൻദാസ് എഴുന്നേറ്റു. "നമ്മൾ വീണ്ടും കാണും, സംസാരിക്കും പ്രശാന്ത്- ഈ ചിത്രം വിജയിച്ചാൽ. അല്ലെങ്കിൽ ഇതാവും നമ്മുടെ അവസാനത്തെ മീറ്റിംഗ്."

പിന്നെ പ്രശാന്തിന്റെ തോളിൽ ഒന്നു തട്ടി അയാൾ ഇറങ്ങിപ്പോയി.

പിന്നീടൊരിക്കലും അദ്ദേഹം ലൊക്കേഷനിൽ വരില്ലെന്ന് അപ്പോഴേ പ്രശാന്തിനു ഉറപ്പായിരുന്നു.

താനൊരു കറുപ്പാണെന്ന് ആവർത്തിച്ചു പറയുമ്പോഴും അയാൾ സുചിത്രയ്ക്ക് വേണ്ടി ഈ ചിത്രം ചെയ്യുന്നു. അങ്ങനെ നോക്കുമ്പോൾ ഉള്ളിൽ വീണ ഇരുട്ടിന്റെ കനം കുറയുന്നുണ്ടെന്നു പ്രശാന്ത് വിചാരിച്ചു.

ഇടയ്ക്ക് ശ്രീബാലയുമായി തനിച്ചായപ്പോൾ പ്രശാന്ത് പറഞ്ഞു. "ആ മനുഷ്യൻ പറഞ്ഞ ഒരു കാര്യം സ്ട്രൈക്കിംഗ് ആണ്. സിനിമയ്ക്ക് ഉള്ളിലാണ് സിനിമയേക്കാൾ വലിയ സിനിമ. നമ്മളറിയാതെ നമ്മളെല്ലാം സിനിമയ്ക്കുള്ളിലെ സിനിമയാകും അല്ലേ?"

"എനിക്കറിയില്ല. ഞാൻ എല്ലാ കാലത്തും ഈ പറഞ്ഞ സിനിമയ്ക്കുള്ളിൽ അകപ്പെടാതിരിക്കാൻ ശ്രമിച്ചിരുന്നു. ഇപ്പോഴും സിനിമയിൽ ഞാനായി ജീവിക്കാനാ ഞാൻ ശ്രമിക്കുന്നേ."

പ്രശാന്തിനു ആ വാക്കുകൾ ഇഷ്ടമായി.

കുറേ പേരെങ്കിലും അങ്ങനെയുണ്ട്; ഇവിടെ സിനിമയും ജീവിതവും രണ്ടാണെന്നു കരുതുന്നവർ. അതെ സിനിമയിലും കുറേ യഥാർത്ഥ മനുഷ്യരുണ്ട്.

പതിനൊന്ന്

സാധാരണ നിർമാതാവിനുമേൽ സ്വാധീനമുള്ള അഭിനേതാവ് ചിത്രത്തിൽ തനിക്ക് പ്രത്യേക പരിഗണന വേണമെന്ന് നേരിട്ടോ അല്ലാതെയോ വാശിപിടിക്കും. തന്റെ റോൾ വലുതായാൽ പോര, മറ്റേയാളേക്കാൾ വലുതാവണമെന്നു വരെ പറഞ്ഞുകളയും. സുചിത്ര അങ്ങനെ ഒരു അമാന്യത കാണിച്ചതേയില്ല.

പതിവുപോലെ ലൊക്കേഷനിൽ വന്നു. ആവുന്നത്ര ഭംഗിയായി അഭിനയിച്ചു. ഒന്നിലും പരാതിയോ പരിഭവമോ ഇല്ലാതെ ഹോട്ടലിലേക്ക് മടങ്ങി. ഒരു സ്ഫടികം പോലെ അവരങ്ങനെ വേറിട്ടുനിന്നു. സിനിമയ്ക്കുള്ളിലാണ് യഥാർത്ഥ സിനിമ എന്നു കർസൻദാസ് വിശ്വസിക്കുമ്പോൾ അയാൾ തനിക്ക് ഏറ്റവും അടുപ്പമുള്ള സുചിത്രയെയാണ് ശരിക്കും മറന്നുപോയത്.

ഈ ഷെഡ്യൂളിൽ ശ്രീബാലയുടെ പ്രകടനം പ്രതീക്ഷിച്ചതിലും എത്രയോ മുകളിലായിരുന്നു. അതുകൊണ്ടു നേരത്തെ എടുത്ത, അത്ര തൃപ്തികരമല്ലാത്ത സീനുകൾ പ്രശാന്ത് റീ-ഷൂട്ട് ചെയ്തു. സുചിത്ര അതു ശ്രദ്ധിച്ച്, ചിരി ഒതുക്കി മാറിനിന്നു.

ശ്രീബാലയുടെ സാന്നിധ്യത്തിൽ താൻ പതിവിലും പ്രസന്നനാണെന്നു പ്രശാന്തിനു തോന്നി. ശ്രീബാലയും തനിക്ക് ഷൂട്ടില്ലാത്ത ദിവസങ്ങളിലും ലൊക്കേഷനിൽ വന്നു. അവർ പിന്നെ അയാളെ സർ എന്നു വിളിച്ചുകണ്ടില്ല.

ചില രംഗങ്ങൾക്ക് മുൻപ് ശ്രീബാല ആവശ്യപ്പെട്ടു. "പ്രശാന്ത്. എന്നോട് ഈ സീൻ ഒന്നുകൂടി എക്സ്പ്ലെയിൻ ചെയ്യൂ."

സുചിത്ര സംശയിച്ചു- ഒന്നുകിൽ ശ്രീബാല ഇടയ്ക്ക് എങ്ങോട്ടോ ഒഴുകിപ്പോകുന്നുണ്ട്. അല്ലെങ്കിൽ പ്രശാന്ത് പിന്നെയും വിവരിക്കുന്നതു കേൾക്കാനാണ് ഈ ആവശ്യം.

മെല്ലെ മെല്ലെ ശ്രീബാലയ്ക്ക് തോന്നി, പ്രശാന്ത് ഇപ്പോൾ ഇടപെടുന്നത് എത്രയോ വർഷങ്ങളുടെ പരിചയമുള്ളതു പോലെയാണ്. ഔപചാരികതകളും സിനിമയുടെ ഭാഷയുമൊക്കെ തങ്ങൾക്കിടയിൽ ഇല്ലാതായിക്കഴിഞ്ഞു.

ചിത്രം അവസാനിച്ചപ്പോൾ പ്രശാന്തും സംതൃപ്തനായിരുന്നു. താൻ മോഹിച്ച, ഇത്തിരി വ്യത്യസ്തമായ സിനിമ തന്നെയാണിത്. സ്ത്രീ രാഷ്ട്രീയം കൃത്യമായി പറഞ്ഞിട്ടുമുണ്ട്. ഇതിൽ എന്തെങ്കിലും പിഴവുകളുണ്ടെങ്കിൽ അതു തന്റെ പിഴ, തന്റെ പിഴ മാത്രം. എന്തായാലും തനിക്ക് ഇഷ്ടമാണ് ഈ ചിത്രം. ഇതു പ്രേക്ഷകർക്ക് രസിക്കും എന്നു തന്നെയാണ് വിശ്വാസം. ഇനി അവർക്കിഷ്ടമായില്ലെങ്കിലും ഒരു കാലവും താനീ സിനിമയെ തള്ളിപ്പറയില്ല. ഇത്തരം സിനിമകൾ സൃഷ്ടിക്കുകയാണ് ഇനിയും തന്റെ ആഗ്രഹം.

പോസ്റ്റ്-പ്രൊഡക്ഷൻ ജോലികൾക്കായി പ്രശാന്തും സഹസംവിധായകരും സ്റ്റുഡിയോയിലേക്ക് നീങ്ങവേ, ശ്രീബാല ചെന്നൈയിലേക്ക് മടങ്ങി.

“ഐ ആം ഹാപ്പി പ്രശാന്ത്” പോകും മുൻപ് ശ്രീബാല സമ്മതിച്ചു.

“എത്രയോ കാലമായി ഒരു മരവിപ്പിലാണ് ഞാൻ. ടുബീ വെരിഫ്രാങ്ക്. ഇവിടെ പ്രശാന്തിന്റെ സാന്നിധ്യത്തിലും സമീപനത്തിലും ഈ ജോലിയിലും ഒക്കെ എന്റെ ആ മൂഡ് കുറേയൊക്കെ മാറി. അഭിനയിക്കുമ്പോൾ ഞാൻ വല്ലാതെ ആസ്വദിച്ചു. ഇപ്പോൾ ഇതാണ് എന്റെ തൊഴിൽ, ഇതാണ് എന്റെ ആത്മാവ് എന്നു ഞാൻ എന്നോടു തന്നെ പറഞ്ഞു. എത്രയോ വർഷങ്ങൾ ക്യാമറയ്ക്ക് മുൻപിൽ നിന്നിട്ടും എനിക്ക് ഇങ്ങനെ ഒരു അനുഭവം ഉണ്ടായിട്ടില്ല. എനിക്കറിയില്ല എവിടെയോ ഇയാൾക്ക് എന്നെ സ്വാധീനിക്കാനായിട്ടുണ്ട്.”

അതൊന്നും തന്റെ പ്രതിഭ കൊണ്ടാണെന്ന് പ്രശാന്ത് കരുതിയില്ല.

“ശ്രീബാല ഇപ്പോൾ അഭിനയിച്ചതു മറ്റാർക്കും വേണ്ടിയല്ല. ശ്രീബാലയ്ക്ക് വേണ്ടി മാത്രമാണ്. മുൻപ് അങ്ങനെ ആയിരുന്നില്ലല്ലോ? അപ്പോൾ അതാണ് പ്രധാനം. കടൽ എന്നും ഒരേ കടലാണ്. നാം നിറഞ്ഞ കണ്ണുകളോടെ കടലിനെ കാണുമ്പോൾ കടൽ കരയുന്നു. നമ്മുടെ കണ്ണിൽ ചിരി വരുമ്പോൾ കടലും ചിരിക്കുന്നു. അതുപോലെ ഇവിടെയും സംഭവിച്ചു. പിന്നെ കടലിന്റെ ചിരി ശ്രീബാലയ്ക്ക് പിന്നെയും സന്തോഷം നൽകി എന്നുമാത്രം.”

“ശരിയായിരിക്കാം.”

ചെന്നൈയിൽ എത്തിയപ്പോൾ ശ്രീബാലയ്ക്ക് പ്രത്യേകിച്ച് ഒന്നും ചെയ്യാനില്ലായിരുന്നു. ഇടയ്ക്ക് ഷോപ്പിംഗിനു പോയി. സന്ധ്യ തീരുമ്പോൾ തനിച്ചു മറീനയിൽ പോയിരുന്നു. ഇരുട്ടിൽ കാർ പാർക്ക് ചെയ്തു കടലിലേക്ക് നോക്കി മണിക്കൂറുകളോളമാണ് അവരിരുന്നത്. ഇടയ്ക്ക് ചിരിയോടെ കണ്ടു- അന്ധകാരത്തിലും കടൽ കരയുന്നില്ല.

എഡിറ്റിംഗ് അവസാനിച്ച് ഡബ്ബിംഗ് ആരംഭിച്ചിട്ടും സാറ്റലൈറ്റ് റൈറ്റ്സ് വിറ്റുപോയില്ല. “ചിത്രം തിയറ്ററിലെത്തട്ടെ. അവിടെ വിജയിച്ചാൽ ഇപ്പോൾ പ്രതീക്ഷിക്കുന്ന വിലയുടെ ഇരട്ടിക്ക് സാറ്റലൈറ്റ്സ്

എടുക്കാൻ ചാനലുകൾ പിറകേ വരും." സുചിത്ര മാത്രം ഇടയ്ക്കു വിളിച്ച് ആത്മവിശ്വാസം പകർന്നു.

പുതിയ നിർമാതാവിന്റെ മേൽ സുചിത്രയ്ക്ക് വലിയ സ്വാധീനമുണ്ടെന്നതിന്റെ തെളിവ് കൂടിയായിരുന്നു ആ വാക്കുകൾ. അല്ലെങ്കിൽ നിർമ്മാതാവിന്റെ ആശങ്ക കൂടി പ്രശാന്ത് അറിയേണ്ടി വന്നേനേ.

ഡബ്ബ് ചെയ്യാൻ വന്നപ്പോൾ, ഫൈനൽ കട്ട് അല്ലാതിരുന്നിട്ടും പശ്ചാത്തല സംഗീതമോ, എഫക്ട്സോ ഒന്നുമില്ലാതിരുന്നിട്ടും ശ്രീബാല കരഞ്ഞു. വെള്ളിത്തിരയിൽ താൻ ഇതുവരെ കണ്ട താനല്ല ഇതെന്നായി അവർ. പുരുഷനു നേരെ സുനന്ദ നിന്നു കത്തുന്ന ചില രംഗങ്ങളിൽ അതു താൻ തന്നെയാണോ എന്നവർ സംശയിച്ചു.

ശ്രീബാല അപ്പോഴെല്ലാം പ്രശാന്തിനെ നോക്കി. അഭിനേതാവിനോടുള്ള അകലത്തിൽ നിന്ന് ഒരേ ഹൃദയമുള്ള മറ്റൊരാൾ എന്ന അടുപ്പത്തോടെ തന്നെ കാണാൻ പ്രശാന്ത് ശ്രമിച്ചതാവാം ഇത്രയും തുറന്നു അഭിനയിക്കാൻ തന്നെ സഹായിച്ചതെന്നു ശ്രീബാല നിനച്ചു.

പഴയകാല നടികൾ പറയാറുണ്ട്- ഒരു ചിത്രത്തിൽ അഭിനയിക്കുമ്പോൾ സംവിധായകന് നായികയോടും നായികയ്ക്ക് സംവിധായകനോടും പ്രണയം തോന്നും. അയാൾ വരച്ചിടുന്ന ജീവിതം ആടുന്ന ആളോടുള്ള സംവിധായകന്റെ വാത്സല്യം. അയാളെ സദാ അനുസരിക്കുന്ന നായികയുടെ ആദരവും വിധേയത്വവും- അങ്ങനെ ഒരു രസതന്ത്രത്തിലേക്ക് അവരെ നയിക്കുകയാണ്. അതു ആ ചിത്രത്തിനിടയിൽ മാത്രമാണെങ്കിലും; തീവ്രമായ ബന്ധമായി തീരാറുണ്ട്. ഇനി അതു ജീവിതത്തിലേക്ക് നീണ്ട സന്ദർഭങ്ങളുമുണ്ട്.

അങ്ങനെ നോക്കിയാൽ ചിലപ്പോൾ സിനിമയെ ജീവിതത്തിൽ നിന്നും ജീവിതത്തെ സിനിമയിൽ നിന്നും വേർതിരിക്കാനാവില്ല.

അടുത്ത കടമ്പ വിതരണക്കാരായിരുന്നു. സ്ത്രീകൾക്ക് പ്രാധാന്യമുള്ള സിനിമ- അതു ഒരു വിതരണക്കാരനും വേണ്ടായിരുന്നു. ആരും തിയേറ്റർ തരില്ല എന്നവർ പരാതിപ്പെട്ടു. അതിൽ സത്യവുമുണ്ടായിരുന്നു. പുറത്തു ചിത്രത്തെക്കുറിച്ച് വലിയ പ്രതീക്ഷ ഉണ്ടായിട്ടേ ഇല്ല.

വിതരണക്കാരില്ലാതെ ചിത്രം അങ്ങനെ രണ്ടുമാസം പെട്ടിയിലിരുന്നു.

ആ രണ്ടു മാസവും ഓരോ വിതരണക്കാരനു വേണ്ടിയും പ്രശാന്ത് ചിത്രത്തിന്റെ സ്ക്രീനിംഗ് നടത്തി.

"പടം തരക്കേടില്ല. ഓഡിയൻസ് എങ്ങനെ പ്രതികരിക്കും എന്നറിയില്ല" എന്നു മിക്കവരും ഒഴിഞ്ഞു.

കാണികൾ എങ്ങനെ പ്രതികരിക്കും എന്നു ഏതു പടത്തെക്കുറിച്ചാണ് മുൻകൂട്ടി പറയാനാവുക എന്നു പ്രശാന്തിനു ചോദിക്കണമെന്നുണ്ടായിരുന്നു.

ചിത്രത്തിന്റെ ഒരു സ്ക്രീനിംഗിന് അച്ഛനും അമ്മയും സഹോദര ങ്ങളും പ്രകാശനും വിദ്യയും വിനോദും ജലജയും ഒക്കെ വന്നിരുന്നു.

രസമുള്ള സിനിമയാണെന്ന് ജലജ അഭിപ്രായപ്പെട്ടു. അരവി ന്ദേട്ടനും പ്രകാശനും അത്ര തൃപ്തരല്ലായിരുന്നു. ചിത്രം അത്ര കൊമേർസ്യൽ അല്ല എന്നവർ പരാതിപ്പെട്ടു. അതോടെ പ്രശാന്ത് ചൂടായി.

"കണ്ടിരിക്കുമ്പോൾ ഇറങ്ങിപ്പോകാൻ തോന്നുന്നില്ല, യുക്തിരാഹിത്യ മില്ല. പിന്നെ അതില്ല, ഇതില്ല എന്നു പറയുന്നതിൽ എന്തർത്ഥം?"

ആരും പിന്നെ ഒന്നും മിണ്ടിയില്ല.

ചില വിതരണക്കാർ സിനിമയിലെ പതിവ് പ്രവചനം നടത്തി.

"ഒന്നുകിൽ ബമ്പർ ഹിറ്റ് അല്ലേ അട്ടർ ഫ്ളോപ്പ്."

കാലുമടക്കി തൊഴിക്കാൻ ധൈര്യം പോരാത്തതുകൊണ്ടുമാത്രം പ്രശാന്ത് ആ വിതരണക്കാരുടെ പരിസരത്തു നിന്നു മാറിനിന്നു.

ശ്രീബാലയും സുചിത്രയും പൂർണമായും ആശയക്കുഴപ്പത്തിലായി രുന്നു.

ജലജ മാത്രം അപ്പോഴും തുറന്നു പറഞ്ഞു. "എനിക്ക് ഇപ്പോഴും കാണികളിൽ വിശ്വാസമുണ്ട്. പ്രശാന്ത് പറയാൻ ഉദ്ദേശിച്ച കഥ രസകര മായി തന്നെ സ്ക്രീനിലുണ്ട്. അപ്പോൾ പിന്നെ ഉത്കണ്ഠപ്പെടുന്നതിൽ അർത്ഥമില്ല."

ഏറ്റവും അവസാനം ഒരു ഇടത്തരം വിതരണക്കാരൻ ഫ്രീ ഡിസ്ട്രി ബ്യൂഷനു സമ്മതിച്ചു. അയാൾ ഒന്നു രണ്ടു മലയാള ചിത്രങ്ങളേ വിതരണം ചെയ്തിട്ടുള്ളൂ. സാധാരണ തമിഴ് ചിത്രങ്ങളാണ് അയാളുടെ ബിസിനസ്. എല്ലാം ബി-ഗ്രേഡ് ചിത്രങ്ങൾ.

പോസ്റ്ററിന്റെ പരസ്യങ്ങളുടെയും യു.എഫ്.ഒ വിലും ക്യൂബിലും ചിത്രം അപ്‌ലോഡ് ചെയ്യുന്നതിന്റെയും വരെ ചെലവുകൾ നിർമാതാവ് വഹിക്കണം. അയാളുടെ കമ്പനി വഴി ചിത്രം വിതരണം ചെയ്യുന്നതിനു പത്ത് ശതമാനം കമ്മീഷൻ നൽകണം- അതാണ് ഫ്രീ ഡിസ്ട്രിബ്യൂ ഷൻ വ്യവസ്ഥ. എന്നുവെച്ചാൽ ചിത്രം തകർന്നാലും വിതരണക്കാരനു കൈപൊള്ളില്ല. അയാൾക്ക് അയാളുടെ ഓഫീസ് ചെലവും കമ്മീഷനും കിട്ടും. നിർമാതാവ് പൂർണ നഷ്ടത്തിൽ മുങ്ങുകയും ചെയ്യും.

താൻ തിരക്കഥ എഴുതിയ എത്രയോ ചിത്രങ്ങൾ വലിയ പ്രദർശന വിജയം നേടിയിട്ടുണ്ട്. എന്നാൽ തന്റേതു മാത്രമായ ഈ ചിത്രത്തിൽ ആരും വിശ്വസിക്കുന്നില്ല. ഇതു ബോക്സ് ഓഫീസിൽ മൂക്കുകുത്തി വീഴുമെന്നാണ് ചലച്ചിത്രലോകം കണക്കുകൂട്ടുന്നത്.

അങ്ങനെ സംഭവിച്ചാൽ അതു തന്റെ കരിയറിന്റെ കൂടി അവസാന മാണ്. സംവിധായകനായതോടെ ഇനി തിരക്കഥ എഴുതാൻ ഒരു സംവി ധായകനും വിളിക്കാനിടയില്ല. മികച്ച കഥകൾ അയാൾ സ്വയം

സംവിധാനം ചെയ്യാൻ തിരഞ്ഞെടുക്കുമല്ലോ. പിന്നെ രണ്ടാംതരം കഥകൾ തങ്ങൾക്കെന്തിന് എന്നാവും ഇനി സംവിധായകരുടെ മനോഗതം- ആ ചിന്ത തികച്ചും സ്വാഭാവികം.

പക്ഷേ പ്രശാന്ത് വിചാരിക്കുന്നത്, താൻ സംവിധാനം ചെയ്യുന്നതു കേവലം തിയേറ്റർ കളക്ഷൻ മാത്രം ലക്ഷ്യംവെച്ചല്ല എന്നാണ്. തനിക്ക് പറയാൻ ഒരു വിഷയമുണ്ട്- ജീവിതത്തിന്റെ ഒരു ചീള്. അതിൽ ചിരിയുടെയോ, പ്രണയത്തിന്റെയോ വളപ്പൊട്ടുകൾ മാത്രമല്ല യഥാർത്ഥ്യത്തിന്റെ കനലുകളുണ്ട്. സങ്കടത്തിന്റെയും നിസ്സഹായതയുടേയും തുരുത്തുകളുണ്ട്. അതു മറ്റൊരു സംവിധായകൻ ഉൾക്കൊള്ളണമെന്നില്ല. ആ റിസ്ക് താൻ എടുക്കുന്നു. അതു സ്വയം നടത്തുന്ന ഒരു വെല്ലുവിളി കൂടിയാണ്. ഇത്തരം സിനിമകൾക്കും ഒരിടമുണ്ടെന്നു തെളിയിക്കാനുള്ള വെല്ലുവിളി. പ്രേക്ഷകർക്കും ബുദ്ധിയും വിവേകവുമുണ്ടെന്നു ധരിക്കുന്നതിനാൽ തനിക്ക് തികഞ്ഞ ആത്മവിശ്വാസവുമുണ്ട്.

ചിത്രത്തിന്റെ പോസ്റ്ററുകൾ നഗരമതിലുകളിൽ പ്രത്യക്ഷപ്പെട്ടു തുടങ്ങി. താൻ ആഗ്രഹിക്കുംവിധം വ്യത്യസ്തമായ പോസ്റ്ററുകൾ ഡിസൈൻ ചെയ്യാനൊന്നും പ്രശാന്തിനെ വിതരണക്കാർ അനുവദിച്ചില്ല. അതൊന്നും കൊമേഴ്സ്യലല്ല എന്ന വിധിയോടെ അയാൾ, അയാളുടെ ഇഷ്ടങ്ങൾക്കനുസൃതമായി പോസ്റ്റർ അടിച്ചു. ഇനിയും തർക്കിക്കാൻ ആത്മബലം തനിക്കില്ലെന്ന തിരിച്ചറിവോടെ പ്രശാന്ത് വഴങ്ങി.

റിലീസിനു തൊട്ടുമുൻപ് ശ്രീബാല വിളിച്ചു ചോദിച്ചു.

"ടെൻഷനുണ്ടോ ഡയറക്ടർ സാർ"

"പരിഹസിക്കാതെ. അതു മാത്രമേയുള്ളൂ എനിക്കിപ്പോ. സത്യത്തിൽ ഭ്രാന്തിന്റെ വക്കത്താണ് ഞാൻ."

"എങ്കിൽ ഒരു യാത്ര പോവൂ."

"അങ്ങനെ ആലോചിക്കുകയാണ്. റിലീസ് ഡേ എന്തായാലും കേരളത്തിൽ ഞാനില്ല."

"എങ്കിൽ ആ യാത്രയിൽ ഒരാൾക്കു കൂടി ഇടമുണ്ടേ- ഞാനും കൂടാം."

കുറേ നേരം പ്രശാന്ത് ഒന്നും മിണ്ടിയില്ല. ശേഷം മന്ത്രിച്ചു. "വരൂ"

പ്രത്യേകിച്ച് ഒരു തയ്യാറെടുപ്പോടുംകൂടിയല്ല ശ്രീബാല അങ്ങനെ പറഞ്ഞത്- പ്രശാന്ത് യാത്ര പോകുമ്പോൾ പൊടുന്നനെ ഒപ്പം പോകാൻ തോന്നി. അതെന്തേ എന്നു ചോദിച്ചാൽ അതിന് അവർക്ക് കൃത്യമായ ഉത്തരമൊന്നുമില്ല.

റിലീസും അതിന്റെ ആകുലതകളും ശ്രീബാലയെയും ഗ്രസിച്ചിരുന്നു. അതുകൊണ്ടുതന്നെ തനിച്ച് ആ ഫ്ളാറ്റിൽ കഴിഞ്ഞുകൂടാൻ തോന്നുന്നില്ല. അതുകൊണ്ടാണോ ഈ ഉത്തരം നൽകിയത്?- അറിഞ്ഞുകൂടാ.

യാത്രയ്ക്കുള്ള ചില സാധനങ്ങൾ വാങ്ങിക്കൊണ്ടിരിക്കെയാണ് നന്ദന്റെ വിളി വന്നത്. "ഞാനീ നഗരത്തിലുണ്ട് ബാലാ. ബാല എവിടെയാണ്?"

ബാല താൻ നിൽക്കുന്ന ഷോപ്പിംഗ് മാളിന്റെ പേരു പറഞ്ഞു.

ഒരു അര മണിക്കൂറിനുള്ളിൽ താൻ എത്തിയാൽ ബാല അവിടെ കാണുമോ എന്നായി നന്ദൻ. അവൾ മൂളി; മെല്ലെ.

നന്ദൻ നഗരത്തിൽ ഷൂട്ടിനു വന്നതാവാം. അല്ലെങ്കിൽ എന്തെങ്കിലും ഡിസ്കഷൻ. പക്ഷേ എന്തേ പൊടുന്നനെ തന്നെ കാണാൻ തോന്നാൻ?

ആളൊഴിഞ്ഞ, വിലകൂടിയ വിവിധതരം കാപ്പികൾ കിട്ടുന്ന വളരെ പോഷായ ഒരു ഷോപ്പിൽ ശ്രീബാല കാത്തിരുന്നു.

നന്ദൻ കൃത്യമായി സമയം പാലിച്ചു.

"ഒഫീഷ്യലായി കൂടി നമ്മൾ പിരിയണ്ടേ" എന്ന ചോദ്യവുമായാണ് നന്ദന്റെ വരവ്.

അതിന്റെ നിയമ നടപടികൾ....

ശ്രീബാല പറഞ്ഞു. "അതു രണ്ടു വക്കീലന്മാരും തമ്മിൽ തീരുമാനിച്ചോട്ടെ."

"ശ്രീബാലയ്ക്ക് എന്തും ഡിമാന്റ് ചെയ്യാം."

"എനിക്ക് ഡിമാന്റുകളില്ല നന്ദൻ. ഒക്കെ അവർ തമ്മിൽ തീരുമാനിച്ചോട്ടെ. എനിക്ക് പരാതിയില്ല. ആവശ്യങ്ങളില്ല."

"നാളെ ഒരു വേദനയും ബാലയ്ക്ക് തോന്നരുത്.... അതാ ഞാൻ...."

"വേദനകളുടെ കാലമൊക്കെ എന്നേ ഞാൻ കടന്നുപോയി. ഇനി വേദനകൾ എന്നെ തേടിവരുമെന്നും ഇപ്പോ തോന്നുന്നില്ല."

ശേഷം അവർ കോഫിക്ക് ഓർഡർ ചെയ്തു.

നന്ദൻ ചിത്രം എങ്ങനെയുണ്ടെന്നു ചോദിച്ചു.

"അറിയില്ല. ആർക്കും ഒരു പ്രതീക്ഷയില്ലാത്ത മട്ടായിരിക്കുന്നു."

"അങ്ങനെ വരില്ല ബാലാ. പ്രശാന്ത് സെൻസിബിളായ റൈറ്ററാണ്. അയാൾ നല്ല സംവിധായകനാവുമോ എന്നെനിക്കറിയില്ല. തിരക്കഥാകൃത്തിൽ നിന്നു സംവിധായകനിലേക്ക് വലിയ ദൂരമുണ്ടല്ലോ. ആ ദൂരം താണ്ടാൻ അയാൾ ഹോംവർക്ക് ചെയ്തിട്ടുണ്ടാവും എന്നു പ്രതീക്ഷിക്കാം. പക്ഷേ സ്ക്രിപ്റ്റ്. അതിൽ എനിക്ക് സംശയമില്ല. എന്റെ ഓഫർ നിരസിച്ചപ്പോൾ തന്നെ എനിക്കയാളോട് ബഹുമാനം തോന്നി. തന്റെ കഥയിലും കഴിവിലും അഗാധമായ വിശ്വാസമുള്ളതുകൊണ്ടല്ലേ അയാൾ അങ്ങനെ ഒരു ധീരത കാട്ടിയത്. അപ്പോ ഈ വർക്ക് നന്നാവാതിരിക്കുന്നതെങ്ങനെ?"

ശ്രീബാല വിഷയം മാറ്റി- അവർ നന്ദന്റെ ഭാവി ചിത്രങ്ങളെ കുറിച്ചു ചോദിച്ചു.

നന്ദൻ അവയുടെ പട്ടിക നിരത്തി.

ശ്രീബാല പറഞ്ഞു. "നന്ദൻ ഇനി ഇങ്ങനെ വർഷം എട്ടും ഒൻപതും സിനിമകൾ ചെയ്യണോ? ഒന്നോ രണ്ടോ ധാരാളമല്ലേ? എല്ലാ സിനിമകളും നന്നായി കളക്ട് ചെയ്യുന്നുണ്ടാവാം. പക്ഷേ നന്ദനിൽ അപാരമായ സിദ്ധികളുള്ള ഒരു നടനില്ലേ? ആ നടനെ വെല്ലുവിളിക്കുന്ന സിനിമകൾ പോരേ ഇനി?

പണമോ, പ്രശസ്തിയോ ഇനി ലക്ഷ്യമാക്കേണ്ടതുണ്ടോ നന്ദൻ?"

നന്ദൻ അവളെ ഗാഢമായി നോക്കി. താനും ഇപ്പോൾ അതേക്കുറിച്ച് ആലോചിക്കുകയാണെന്ന് സമ്മതിച്ചു. "ആളുകളുടെ മനസ്സിലാ ഒരു നടൻ ജീവിക്കേണ്ടത്. അല്ല മനുഷ്യൻ തന്നെ ജീവിക്കേണ്ടത് അല്ലേ" എന്നയാൾ വെറുതേ ചോദിക്കുകയും ചെയ്തു.

ശ്രീബാല ഉത്തരം പറഞ്ഞില്ല.

"നമ്മുടെ കഥ തന്നെ ഒരു സിനിമയ്ക്കുള്ള വിഷയമാണ് എന്നെ നിക്ക് തോന്നിയിട്ടുണ്ട്. പക്ഷേ അതിൽ അഭിനയിക്കാൻ വയ്യ. സ്വന്തം കഥാപാത്രത്തെ മാറി നിന്നു കണ്ടാലല്ലേ ഒരു നടനു അഭിനയിക്കാൻ പറ്റുക. ഈയിടെയായി എന്റെ ജീവിതം മാറിനിന്നു കാണുമ്പോൾ എനിക്കു തന്നെ ശ്വാസം മുട്ടുന്നു."

അതും പറഞ്ഞ് നന്ദൻ കുറേ നേരം മൗനിയായി. ഒടുവിൽ ചോദിച്ചു. "എന്താ ബാലേടെ ഫ്യൂച്ചർ പ്ലാൻ?"

"അങ്ങനെ ഒരു ആസൂത്രണവും ഉണ്ടായിട്ടില്ല. ജോലിയുമായി ആവുന്നത്ര പ്രണയത്തിലാവണം എന്നൊരു മോഹമുണ്ട്. അതിനപ്പുറം എന്റെ മുൻപിൽ ഞാനില്ല. ഉണ്ടാകുമെന്ന പ്രതീക്ഷയുമില്ല."

"ഉം"

"പിന്നെ ഒരു കാര്യം മാത്രം തീരുമാനിച്ചിട്ടുണ്ട്. ഞാനിനി ഒന്നിനും എന്നെ തടയില്ല. അതാതു നിമിഷമാണ് ഇനി എനിക്ക് ജീവിതം. എങ്ങോട്ടാണോ ജീവിതം എന്നെ ഒഴുക്കിക്കൊണ്ടുപോകുന്നത് അവിടേക്ക് ഒഴുകുന്നതിൽ നിന്നു ഞാനെന്നെ വിലക്കുന്നില്ല. അതൊരു വല്ലാത്ത ചിന്തയായി എന്റെ ഉള്ളിൽ ഊറിക്കൂടുന്നുണ്ട്."

നന്ദൻ അവളെ പിന്നെയും ഗാഢമായി നോക്കി.

പിന്നെ ചിരിയോടെ ശ്രീബാല ആരാഞ്ഞു. "എനിക്കൊരു കുസൃതി ചോദ്യം ആകാമോ?"

"ഉവ്വ്."

"ഞാൻ എവിടെയെങ്കിലും ഒരു ജീവിതം കണ്ടെത്തിയാൽ നന്ദൻ ജലസാകുമോ?"

"ചിലപ്പോ. ബാലയാണെങ്കിലോ?"

"ഇല്ല നന്ദൻ..... ഞാൻ സകലതിൽ നിന്നും പുറത്തു കടന്നിരിക്കുന്നു. എനിക്ക് പരിചിതയായ ഒരു ശ്രീബാലയാണ് ഞാനിപ്പോൾ."

AYM

അപ്പോഴേക്കും കാപ്പി വന്നു. മിണ്ടാതിരുന്നാണ് അവരതു മുഴുവൻ കുടിച്ചു തീർത്തത്. ബിൽ പേ ചെയ്യാൻ ശ്രീബാലയെ നന്ദൻ അനുവദിച്ചില്ല.

പിരിയുമ്പോൾ നന്ദൻ പറഞ്ഞു.

"ഇടവേളയ്ക്ക് വിളിക്കണം എന്നെ. എങ്കിലേ തിരിച്ചു വിളിക്കാനും എനിക്ക് സ്വാതന്ത്ര്യമുണ്ടാകൂ."

"നന്ദന്റെ ചിത്രങ്ങൾ കണ്ടാൽ ഉടൻ ഞാൻ വിളിക്കും. ഉറപ്പ്."

ശേഷം നന്ദൻ പോയി.

അതിനിടയിലാണ് ശ്രീബാല കണ്ടത്- ടേബിളിൽ ചെറിയ ഒരു പൊതി ഇരിക്കുന്നു. ബിൽ പേ ചെയ്യാൻ നന്ദൻ പഴ്സ് എടുക്കുമ്പോൾ, അതിൽ ഈ പൊതി ഉണ്ടായിരുന്നു.

അതു ഇത്തിരി ചന്ദനവും സിന്ദൂരവുമായിരുന്നു.

നന്ദൻ ഒട്ടും വിശ്വാസിയല്ലല്ലോ?

"ജീവിതത്തിലെ നിസ്സഹായതകളിലൊന്നും ഒരു ദൈവവും എന്റെ കൈ പിടിച്ചിട്ടില്ല. ഞാൻ തനിച്ചാണ് എന്റെ ജീവിതം തുഴഞ്ഞത്. അച്ഛൻ, അമ്മ, ഒടുവിൽ ശ്രീബാല- ഇവരൊക്കെയാ എന്നെ സഹായിച്ചിട്ടുള്ളത്. ഇവരാരും ദൈവങ്ങളല്ലല്ലോ? പിന്നെ ഞാൻ എന്തിനു ഏതെങ്കിലും കല്ലിനെ തൊഴണം?" നന്ദൻ ചോദിക്കാറുണ്ട്.

അതേ നന്ദനാണോ ഇപ്പോൾ ചന്ദനവും സിന്ദൂരവും ഒക്കെ ഒപ്പം കൊണ്ടുനടക്കുന്നത്.

വീണ്ടും ഒരു കാപ്പിക്കു കൂടി ഓർഡർ ചെയ്തു ശ്രീബാല അവിടെ തന്നെ ഇരുന്നു. കുഞ്ഞുപ്രായം മുതൽ ഈ നിമിഷം വരെയുള്ള ജീവിതം അവരുടെ കൺമുന്നിലൂടെ മിന്നിമറഞ്ഞു. താനിപ്പോൾ കരയുകയാണോ, ചിരിക്കുകയാണോ വേണ്ടത്- അവർക്ക് അറിയാതെയായി.

അങ്ങനെ തലവേദനിക്കേ ശ്രീബാലയ്ക്ക് ഒരു കോൾ വന്നു.

കേരളത്തിൽ നിന്നൊരു നാടകസംഘം. പ്രൊഫഷണൽ ട്രൂപ്പല്ല. ഗൗരവമായി നാടകത്തെ കാണുന്ന ചിലർ. താൻ ചെന്നൈയിലാണെന്ന് ശ്രീബാല ഒഴിഞ്ഞു- രണ്ടു ദിവസത്തിനുള്ളിൽ ഒരു യാത്ര പോവുകയാണെന്നും ആവർത്തിച്ചു.

നാളെ തന്നെ വന്നു കാണാമെന്നായി നാടകക്കാർ.

ഒന്നാലോചിച്ചപ്പോൾ ശ്രീബാലയ്ക്ക് കൗതുകം തോന്നി- ഇതു അഭിനയിക്കാനുള്ള ക്ഷണമാണെങ്കിൽ നല്ലതല്ലേ? നൃത്തത്തിലൊഴിച്ചാൽ, താനിതുവരെ സ്റ്റേജിൽ അഭിനയിച്ചിട്ടില്ല. അങ്ങനെ ഒരു അവസരമാണെങ്കിൽ വിട്ടുകളയുന്നതെന്തിന്? ഒരു നടി എവിടെയാണെങ്കിലും അഭിനയിക്കുകയല്ലേ വേണ്ടത്? അതിനു സിനിമയെന്നോ, നാടകമെന്നോ വ്യത്യാസമെന്തിന്?

തെക്കേ ഇന്ത്യയിലെ വിവിധ നാടകോത്സവങ്ങളിൽ അവതരിപ്പിക്കാനുള്ള ഒരു സൃഷ്ടിയുടെ ഒരുക്കത്തിലായിരുന്നു ആ നാടകസംഘം. പുതിയ കാലത്തിൽ വെന്തുപോവുന്ന മനുഷ്യന്റെ കഥയാണ്. കഥ മുഴുവൻ വീടിനു പുറത്തിറങ്ങാത്ത ഒരു വീട്ടമ്മയുടെ കൺകോണിലാണ് അവതരിപ്പിക്കുന്നത്. തന്റെ പുരുഷനിലുണ്ടാവുന്ന മാറ്റം, സമൂഹത്തിലുണ്ടാവുന്ന മാറ്റത്തിന്റെ പ്രതിഫലനങ്ങളായി ആ വീട്ടമ്മ വായിച്ചെടുക്കുകയാണ്.

ശ്രീബാലയെ അവർ തിരഞ്ഞെടുത്തതു തെക്കെ ഇന്ത്യയിൽ ആമുഖം വേണ്ടാത്ത നടിയെന്ന നിലയിലാണ്. അവർ ആദ്യമായി അഭിനയിക്കുന്ന നാടകം എന്ന സവിശേഷതയും ഉണ്ടല്ലോ? മാത്രമല്ല ഇങ്ങനെ ഒരു നടന സാധ്യതയുള്ള മുഴുനീള കഥാപാത്രത്തിന് ഉള്ളുള്ള നടി തന്നെ വേണം.

ശ്രീബാലയുടെ ഉള്ളിൽ നിനച്ചിരിക്കാതെ, തണുപ്പ് നിറഞ്ഞ ഒരു മഴ പെയ്തു. ഒരു സിനിമയ്ക്ക് പിന്നാലെ മറ്റൊരു സിനിമ ചെയ്യുന്നതിനു പകരം, സ്റ്റേജിൽ കയറുക. വലിയ പ്രതിഫലമൊന്നും ലഭിക്കില്ല. പ്രതിഫലമല്ല ജീവിതം എന്നു എന്നേ താൻ അറിഞ്ഞിരിക്കുന്നു. മാത്രമല്ല ഈ പ്രയത്നത്തെ ആളുകൾ വിലമതിക്കും. തനിക്കും കണ്ണാടിയിൽ നോക്കുമ്പോൾ ഒരു മതിപ്പു തോന്നും.

ശ്രീബാല അതോടെ അവരുടെ നിബന്ധനകളെല്ലാം സമ്മതിച്ചു. നാടകത്തിന്റെ സ്ക്രിപ്റ്റ് എത്രയും വേഗം എത്തിക്കാൻ ആവശ്യപ്പെട്ടു. തനിക്ക് സംഭാഷണങ്ങൾ മുഴുവൻ ഹൃദിസ്ഥമാക്കണം. റിഹേഴ്സലിന് എത്തും മുമ്പേ താൻ തയ്യാറെടുത്തിരിക്കണം. ഒരു വാക്കോ, മൂളലോ പോലും തനിക്ക് പിഴയ്ക്കരുത്.

സംഘം യാത്ര പറഞ്ഞിറങ്ങുമ്പോൾ “കേരളത്തിൽ ഈ നാടകാവതരണം ഉണ്ടാവില്ലേ” എന്ന സംശയം ശ്രീബാല പ്രകടിപ്പിച്ചു.

“കേരളത്തിലാവും മാഡം നമുക്ക് ഏറ്റവും ഏറെ ഓഡിയൻസിനെ ലഭിക്കുക. മാഡത്തിന്റെ തിരിച്ചുവരവ് ചിത്രം ഇറങ്ങിയതിനു ശേഷമാണല്ലോ നാടകം തട്ടേൽ കയറുക. പിന്നെ ഡിവോഴ്സും ഉണ്ടെന്നു കേട്ടു. അതും നാടകം കാണാൻ ആളെ കൂട്ടും.”

കൂട്ടത്തിലൊരാൾ ഉത്സാഹത്തോടെ പറഞ്ഞു.

ശ്രീബാല തിരിഞ്ഞുനടന്നു. പിന്നെ കണ്ണാടിയിൽ നോക്കി.

കണ്ണാടിയിൽ എവിടെയാണ് ആ നടി? ആ നടിയെ അല്ലേ സത്യത്തിൽ കാണികൾ ആഗ്രഹിക്കുന്നത്?

പന്ത്രണ്ട്

യാത്രയ്ക്ക് മുമ്പ് അരവിന്ദേട്ടനെ ഒന്നു കാണണമെന്നു പ്രശാന്തിനു തോന്നി.

പ്രശാന്ത് ചെല്ലുമ്പോൾ അരവിന്ദേട്ടൻ പറമ്പിലായിരുന്നു. ജോലി കഴിഞ്ഞു വന്നാൽ മൂപ്പർക്ക് ഇത്തിരി കൃഷിയുണ്ട്. ഏടത്തിയമ്മ പറയുന്നത് ഒട്ടും മിനക്കെടാണ്ടാത്ത ഇനങ്ങളേ ഏട്ടൻ കൃഷി ചെയ്യൂ എന്നാണ്. അച്ഛനും അമ്മയും അക്കാര്യത്തിൽ ഏടത്തിയമ്മയെ പിന്തുണയ്ക്കുന്നു.

പലതരം മാവുകൾ, പേരകൾ, സപ്പോട്ടകൾ, ആത്തച്ചക്ക, പപ്പായ ഇവയൊക്കെയാണ് അരവിന്ദേട്ടന്റെ പ്രധാന കൃഷി. ഇവക്കൊന്നിനും കാര്യമായ പരിചരണം വേണ്ട. നടുകയേ വേണ്ടൂ. വെള്ളം പോലും ഒഴിച്ചു കൊടുക്കണ്ട.

കർഷകൻ തന്നെ കാർഷികോൽപ്പന്നങ്ങൾ മിക്കവാറും തിന്നുതീർക്കുകയും ചെയ്യും. ഷുഗറുണ്ട്. അതിനു ഏടത്തിയമ്മയുമായി യുദ്ധം പതിവാണ്.

"നീ വരുംന്നു എനിക്കറിയാമായിരുന്നു." പപ്പായ തോണ്ടി തിന്നുകൊണ്ട് ഏട്ടൻ ചിരിച്ചു.

പപ്പായ തിന്നാൻ ഏട്ടൻ കണ്ടുപിടിച്ച രീതിയാണിത്. പപ്പായയെ മരത്തിൽ തന്നെ വിളയാൻ അനുവദിക്കുക. അവ പറിച്ചെടുത്തു നെടുകപിളർന്നു, രണ്ടാക്കി, കുരുകളഞ്ഞു, സ്പൂൺകൊണ്ട് കോരി തിന്നുക. നേരത്തെ അവ പറിച്ച് വീട്ടിൽ കൊണ്ടുപോയി പഴുക്കാൻ വെച്ചാൽ, തിന്നാൻ ഏടത്തിയമ്മ അനുവദിച്ചെന്നു വരില്ല. മദ്യപർ ഗ്ലാസ് ഒളിപ്പിക്കും പോലെ, ഇതിനുള്ള കത്തി, സ്പൂൺ ആദിയായവ പറമ്പിൽ എവിടെയെങ്കിലും ഏട്ടൻ ഒളിപ്പിച്ചിട്ടുണ്ടാവും.

"അതെന്തേ അങ്ങനെ വിചാരിക്കാൻ"

"നിനക്കു മറ്റേ കാര്യം മാന്തിയെടുക്കണമല്ലോ?"

"ഏതു കാര്യം"

"നീ പോടാ. കല്യാണത്തിനു മുൻപ് എനിക്ക് ആരൊക്കെയായി ചുറ്റിക്കളി ഉണ്ടെന്നറിയണം. അതല്ലേ ആഗമനോദ്ദേശ്യം. അച്ഛനും അമ്മയ്ക്കും

സുഖമില്ലാതായാ കൂടി തിരിഞ്ഞു നോക്കാത്ത ആളാ. ഇപ്പോ എന്താ ആവേശം."

"എന്നാ പറഞ്ഞു തുടങ്ങിക്കോ"

"എടാ.... നിനക്ക് വേറെ ഒരു പണിയുമില്ലേ?"

"ഇതൊക്കെ ഏടത്തിയമ്മ അറിയാതെ പിന്നെയും ഏട്ടൻ എങ്ങനെ മാനേജ് ചെയ്തു"

"ഏയ്.... കല്യാണത്തിനുശേഷം ഞാൻ ശ്രീരാമനായിരുന്നു."

"ചുമ്മാ."

"ചുമ്മാതല്ല. സത്യം. ആദ്യരാത്രിയിൽ തന്നെ ഞാൻ ബാലാമണിയോട് എല്ലാം പറഞ്ഞു. സത്യത്തിൽ മന:പൂർവാ. പിന്നീടൊരിക്കലും എനിക്ക് അങ്ങനെ ഒരു നീഡ് ഉണ്ടാകരുത്. അഥവാ അതിനു മുതിർന്നാൽ അതു ബാലാമണി കണ്ടുപിടിക്കണം. അതായിരുന്നു ഉദ്ദേശ്യം."

"എന്നിട്ടു എത്ര പ്രാവശ്യം കയ്യോടെ പിടിക്കപ്പെട്ടു."

"പിന്നേ....."

"ഏട്ടൻ പിന്നെ പഠിച്ച കള്ളനല്ലേ."

"എടാ അതല്ല. ഞാൻ പിന്നെ വൺ വുമൺമാനായിരുന്നു. നിനക്കറിയാലോ ഞങ്ങളുടെ റിലേഷൻഷിപ്പ്. കുട്ടികളുണ്ടായില്ല. എന്നിട്ടും ഞങ്ങൾ തമ്മിലുള്ള ബന്ധത്തിന് അതു ഒരു കുറവായിട്ടില്ല. ഇപ്പോഴും എനിക്ക് അവളോട് പ്രണയമുണ്ട്. അവൾക്കെന്നോടും. പിന്നെ നിനക്ക് താത്പര്യമുള്ള ഒരു കാര്യംകൂടി പറയാം. ഇന്നലെ രാത്രി പോലും ഞങ്ങൾ തമ്മിൽ നീ വിചാരിക്കും പോലെ പ്രണയിച്ചിരുന്നു. പോരേ."

"മനുഷ്യന് ഇത്രയും നാണമില്ലാതാവരുത്."

"നീ എന്നെക്കൊണ്ട് പറയിച്ചതല്ലേ" അരവിന്ദൻ ചിരിച്ചു.

"അതു പോട്ടെ. എന്തായി ഞാനന്നു പറഞ്ഞ കാര്യം"

"അതേക്കുറിച്ച് ഞാൻ ആലോചിച്ചില്ല ഏട്ടാ. സെറ്റിൽ ചെയ്യാൻ എനിക്ക് ആഗ്രഹം തോന്നിയിട്ടില്ല. എന്നാൽ പഴയ ഞാനല്ല ഞാൻ, എന്നു എനിക്കറിയുകയും ചെയ്യാം. എന്തൊക്കെയോ ഇനിയും തെളിഞ്ഞു വരാനുണ്ട്."

"നീ ചിരിക്കാൻ തുടങ്ങിയിട്ടുണ്ട്. സദാ എന്തോ നഷ്ടപ്പെട്ടതു പോലായിരുന്നു നിന്റെ നടപ്പ്. ഇപ്പോ ചിരി ഒളിപ്പിച്ച് എന്നെപോലും പരിഹസിക്കുന്നു. അതിനർത്ഥം നീ മാറുകയാണെന്നാ. നല്ലത്. ഞാനിതു പ്രതീക്ഷിച്ചിരുന്നു."

"അതെന്തേ"

"ഒരാൾക്ക് ഒരു ഋതുവിൽ മാത്രം ജീവിക്കാനാവില്ല. വേനൽ കടന്നാൽ ശരത്ക്കാലവും വസന്തവും ഒക്കെ ഉണ്ടാവുക പ്രകൃതി നിയമമല്ലേ."

പ്രശാന്ത് ഏട്ടന്റെ തോളിൽ പിടിച്ചു.

അവനെയുംകൊണ്ട് കൈത്തോട്ടിലേക്ക് അരവിന്ദേട്ടൻ നടന്നു. ഇരുവരും കാലുകൾ തോട്ടിലിട്ട് കരയിലിരുന്നു. മീനുകൾ വെള്ളത്തിലൂടെ ഓടി നടക്കുന്നതു പ്രശാന്ത് കണ്ടു. ഏട്ടൻ ജീവിതം ഇങ്ങനെ ശുദ്ധവായു ശ്വസിച്ചാണ് ആസ്വദിക്കുന്നത്. അങ്ങനെ മാത്രം ജീവിക്കാനായാൽ അതൊരു ഭാഗ്യം തന്നെ.

"ജീവിതം നിന്നെ എങ്ങോട്ടു വലിച്ചുകൊണ്ടുപോയാലും എന്തൊക്കെ ബന്ധങ്ങളിലൂടെ കടന്നുപോയാലും അതു പ്രണയമായാലും കാമം മാത്രമായാലും എഴുത്തും സിനിമയും ഒന്നും വിടരുത്. നിന്നെ ജീവിപ്പിക്കുന്നത്, ബാക്കിയാക്കുന്നത് ആ താത്പര്യങ്ങളാ. മറക്കണ്ട."

"വിജയങ്ങൾക്ക് പിന്നാലെ പുതിയ രസങ്ങൾ നുണഞ്ഞു ജീവിതം നഷ്ടപ്പെടുത്തിയവർ എത്രയോ ഇല്ലേ ആ രംഗത്ത്" ഏട്ടൻ പിന്നാലെ ചോദിച്ചു.

"ഞാൻ വിജയിക്കുമെന്ന് ഉറപ്പായിട്ടില്ല ഏട്ടാ."

"ഇല്ലെടാ. നീ എല്ലാ സന്തോഷങ്ങളിലൂടെയും കടന്നുപോകും. ഉടൻ"

ആ വേള അവർക്ക് ചായയുമായി ഏടത്തി പറമ്പിലേക്ക് വന്നു. അവർ വല്ലാതെ ക്ഷീണിച്ചിട്ടുണ്ടെന്നു തോന്നി. അതേക്കുറിച്ച് ചോദിച്ചപ്പോൾ ഒന്നുമില്ലെന്നു അവരൊഴിഞ്ഞു.

അവർ പോയപ്പോൾ ചായ കുടിച്ചുകൊണ്ട് ഏട്ടൻ പറഞ്ഞു. "ചില ടെസ്റ്റുകൾ നടന്നുകൊണ്ടിരിക്കുകയാ. കൃത്യമായി ഞാൻ പിന്നീട് പറയാം. ചില കുഴപ്പം പിടിച്ച സംശയങ്ങളുണ്ട് അവൾടെ കാര്യത്തിൽ ഡോക്ടർമാർക്ക്."

"എന്നുവെച്ചാ...."

"നീ ബഹളം വെക്കാതിരിക്കൂ. അതു കൺഫേമായിട്ട് പറയാം. പിന്നെ എന്തായാലും ഫെയ്സ് ചെയ്തല്ലേ പറ്റൂ."

"ഏടത്തിക്കറിയില്ലേ?"

"ഷുവർ."

പ്രശാന്ത് ഒരു നിമിഷം മൗനിയായി.

"അവൾ അധികകാലം ഇല്ലെങ്കിൽ ഞാൻ എങ്ങനെ പിന്നെ സർവൈവ് ചെയ്യുംന്നറിയില്ല. പിന്നെ വിചാരിക്കും. തിരിച്ചായാൽ- ഞാനാണ് ആദ്യം ഇല്ലാതാവുന്നതെങ്കിൽ അതാവും ക്രൂരം എന്ന്. ഒരു സിനിമാ ഡയലോഗ് പറഞ്ഞാൽ- ഞാനവളെ ഇഷ്ടപ്പെടുന്നതിനേക്കാൾ അവൾ എന്നെ ഇഷ്ടപ്പെടുന്നുണ്ട്. അപ്പോ അവൾക്ക് എന്നെപോലെ ഇങ്ങനെ ഇതു ഫെയ്സ് ചെയ്യാൻ പറ്റീ എന്നു വരില്ല."

പ്രശാന്തിനെ ഒരു വിങ്ങൽ വന്നു മൂടി.

“ഒരു കണക്കിനു ഞങ്ങൾക്ക് കുട്ടികളില്ലാതിരുന്നതും നന്നായി. ഇതിപ്പോൾ എന്റെ മാത്രം പ്രശ്നമാണ്.”

തിരിച്ച് ബസ്സിൽ മടങ്ങുമ്പോൾ രാത്രി നന്നേ വൈകിയിരുന്നു.

ബസ്സിൽ യാത്രക്കാർ കുറവായിരുന്നു. ബസ്സിലെ ലൈറ്റുകളും പുറത്തെ വെളിച്ചപ്പൊട്ടുകളും ഒക്കെ പ്രശാന്തിൽ പിന്നെയും വിഷാദം നിറച്ചു.

ജീവിതത്തിൽ പ്രണയം മരിച്ചെന്ന് ആരാണ് പറഞ്ഞത്? ഉണ്ട്. കൊട്ടി ഘോഷിക്കപ്പെടാത്ത മനുഷ്യർ നിശ്ശബ്ദം ഇപ്പോഴും പ്രണയിക്കുന്നുണ്ട്. ദമ്പതികളായി ദശാബ്ദങ്ങളായി ഒരു കൂരയ്ക്കു കീഴിൽ കഴിഞ്ഞിട്ടും മിക്ക രാത്രികളിലും ആവേശഭരിതരായി അവർ ഇണചേരുന്നുണ്ട്. തനിക്കു മുമ്പേ തന്റെ പങ്കാളി മരിക്കണമെന്നും ആ വേദന താൻ ഒറ്റയ്ക്കു താങ്ങിക്കൊള്ളാമെന്നും അവർ പ്രാർത്ഥിക്കുന്നുണ്ട്.

അവർ ഒരു കഥയാകുന്നില്ല, സിനിമയാകുന്നില്ല. പച്ചജീവിതം മാത്ര മാകുന്നു.

അരവിന്ദേട്ടനെ പോലെ അഗാധമായ ഒരു പ്രണയത്തിൽ ജീവിക്കാ നായെങ്കിൽ.....

പിന്നെയും പ്രശാന്ത് അരവിന്ദേട്ടനെ തന്നെ ഓർത്തു. ഏടത്തിയമ്മയെ ഒളിച്ച്, പപ്പായ കോരി തിന്നുന്ന രൂപം മനസ്സിൽ തെളിഞ്ഞപ്പോൾ അയാളുടെ കണ്ണുകളിൽ ഒരു പുഴ പിറന്നു. ഒരു കുട്ടിയെപോലെ അതു തുടച്ച് അയാൾ പുറത്തേക്ക് നോക്കി.

എത്രകാലം ഇങ്ങനെ ഒളിച്ചു കളിക്കുന്നതിന്റെ സുഖം ഏട്ടന് ഒപ്പ മുണ്ടാകും? പ്രശാന്ത് പിന്നെയും കുതിർന്നു.

“നീയെന്താ മിണ്ടാത്തത്” ആബിദ ചോദിച്ചു.

“ഞങ്ങൾക്ക് ഉത്തരം കിട്ടിയേ പറ്റൂ” ഇന്ദു പറഞ്ഞു.

“ഗൾഫിൽ നിന്നു ഓരോ കാരണം പറഞ്ഞാ ഞങ്ങൾ നാട്ടിലെത്തി യത്. അപ്പോ നീ നാട്ടിലില്ല. ഇവിടുണ്ടാകുമെന്ന് അച്ഛനും അമ്മയും പറഞ്ഞു. നേരെ ഇങ്ങു പോരുകാരുന്നു” അനിത വ്യക്തമാക്കി.

“നിങ്ങൾക്കൊന്നു വിളിക്കാമായിരുന്നില്ലേ?” ശ്രീബാല ചോദിച്ചു.

“ഈയിടെയായി നീ ഞങ്ങളെ വിളിക്കാറുണ്ടോ? നീ ഞങ്ങളിൽ നിന്നു ഒഴിയുകയല്ലേ” ആബിദ മറുചോദ്യമുയർത്തി.

ആ കൂട്ടുകാരികൾ കടലിനു അപ്പുറത്തിരുന്നും അറിഞ്ഞു കഴിഞ്ഞു. ശ്രീബാലയും നന്ദനും പിരിയുകയാണെന്ന വാർത്ത. ഔദ്യോഗിക മാധ്യ മങ്ങളിലൊന്നും വന്നിട്ടില്ല. “എഫ്.ബിയിലും വാട്ട്സാപ്പിലും അതല്ല കഥ” അവർ പറഞ്ഞു.

“അതറിയാവുന്നതുകൊണ്ട് ഞാൻ കുറേ നാളായി ഒന്നും തുറക്കാ റില്ല” ശ്രീബാല സമ്മതിച്ചു.

“പറ ശ്രീബാല..... ഞങ്ങളാണോ ഇതിനെല്ലാം കാരണം?” ആബിദയുടെ സ്വരം ഇടറി.

അതായിരുന്നു അവരുടെ പ്രശ്നം. നന്ദനും അവരുടെ കൂട്ടുകാരിയും അകന്നതിൽ, ഇപ്പോ പിരിഞ്ഞതിൽ അവർക്ക് പങ്കുണ്ടെന്ന് അവരുടെ കുടുംബങ്ങളിൽ വർത്തമാനമുണ്ട്. പലരും അവരെ കുറ്റപ്പെടുത്തുകയും ചെയ്യുന്നു.

“ഞങ്ങളത് ഒരിക്കലും ഉദ്ദേശിച്ചിരുന്നില്ല. ഉദ്ദേശിക്കുകയുമില്ല. അതു നന്നായി നിനക്കെങ്കിലും അറിയാമല്ലോ”- ഇന്ദു.

“നിന്റെ കുടുംബം എന്നത് ഞങ്ങളുടെ സന്തോഷാ. അതു തകർന്നു കാണാൻ ഞങ്ങളെന്തിനു ആഗ്രഹിക്കണം” അനിത.

“മറ്റുള്ളവർ പഴിക്കുന്നതു ഞങ്ങൾ വിട്ടുകളയുന്നു. ഇനി നിനക്കു അങ്ങനെ ഒരു തോന്നലുണ്ടോ? അതാണോ നീ ഞങ്ങളിൽ നിന്ന് ഒഴിയുന്നേ?”- ആബിദ.

പിന്നെ ആ സ്നേഹിതകൾ ആവർത്തിച്ചു പറഞ്ഞു- കഴിയുമെങ്കിൽ നിങ്ങൾ പിരിയാതിരിക്കുക തന്നെയാണ് വേണ്ടത്. പിരിയാൻ ആർക്കാണ് കാരണങ്ങളില്ലാത്തത്? അതു കണ്ടെത്തുകയല്ല. കിട്ടിയ ജീവിതം ക്ലേശിച്ചാണെങ്കിലും മുന്നോട്ട് നീക്കുകയാണ് വേണ്ടത്. ശ്രീബാലയെ വീണ്ടും കാണുമ്പോഴും പണ്ടത്തേക്കാൾ കൂട്ടുകൂടുമ്പോഴും അവളിൽ ചിരിയും ആഹ്ലാദവും നിറക്കാനേ തങ്ങൾ ഉദ്ദേശിച്ചിരുന്നുള്ളൂ. അല്ലാതെ ഇങ്ങനെ ഒരു വഴിത്തിരിവ്- അവർ ആഗ്രഹിച്ചിട്ടില്ല.

ശ്രീബാല എന്തു പറയണമെന്നു ആലോചിക്കുകയായിരുന്നു.

“നീ സ്വതന്ത്രയായി ജീവിക്കണമെന്നു പറയാൻ ഒരു അർഹതയുമില്ലാത്തവരാ ഞങ്ങൾ. എന്നെ കിടപ്പറയിൽ തനിച്ചാക്കി ആൺകുട്ടികളെ തേടുകയാണ് എന്റെ ഭർത്താവിന്റെ ശീലം. പൊതുസ്ഥലങ്ങളിൽ, കല്യാണ പാർട്ടികളിൽ ഒക്കെ വെച്ച് അയാൾ ആൺകുട്ടികളുടെ നേർക്ക് ചൂണ്ട എറിയാറുണ്ട്. അതിന്റെ പേരിൽ ബഹളം ഉണ്ടാവാറുണ്ട്. അങ്ങനെ എത്രയോ വട്ടം ഞാൻ അപമാനിക്കപ്പെട്ടിരിക്കുന്നു. എന്നിട്ടും ഞാൻ വിവാഹമോചനത്തെക്കുറിച്ച് ആലോചിച്ചിട്ടില്ല. അപ്പോൾ പിന്നെ നിന്നോട് ഞാനെങ്ങനെ അതേക്കുറിച്ച് സംസാരിക്കും” ഇന്ദു വിഷാദത്തോടെ തന്റെ ജീവിതം നിരത്തി. ശ്രീബാല ഞെട്ടലോടെയാണ് അതു കേട്ടു നിന്നത്.

ആബിദയുടെ ഭർത്താവിന് ഓൺലൈനിൽ നിരവധി ബന്ധങ്ങളുണ്ടെന്ന് അവൾക്ക് അറിയാം. “ഞാൻ ജോലിക്ക് പോകുമ്പോൾ പലരും ഞങ്ങളുടെ കിടക്കയിൽ കിടന്നിട്ടുണ്ട്. എനിക്കൊരിക്കൽ ഒരു സ്ത്രീയുടെ അടിവസ്ത്രം എന്റെ കട്ടിലിനടിയിൽ നിന്നു കിട്ടിയിട്ടുണ്ട്. ഒളിക്യാമറ വെച്ച് ദൃശ്യങ്ങൾ പകർത്തി നെറ്റിൽ അപ്‌ലോഡ് ചെയ്യണമെന്ന് വിചാരിച്ചിട്ടുണ്ട് ഞാൻ. പിന്നെ ഓർക്കും- എന്റെ കുട്ടികളുടെ ബാപ്പയെ ഞാൻ അങ്ങനെ അപമാനിക്കണോ?”

ശ്രീബാല ഒരിക്കൽ കൂടി സ്തബ്ധയായി.

അനിതയുടെ കഥയും ഒരു ദുരന്ത ചിത്രമാണ്.

"കഞ്ചാവും കള്ളുമാണയാൾ. അതിന്റെ ലഹരിയിൽ അയാൾക്ക് കാഴ്ചയേയില്ല. മോൾക്ക് പ്രായമായി വരികയാ. അയാളോടൊപ്പം അവൾ തനിച്ചാകുന്ന നിമിഷങ്ങളെ ഭയന്നാ ഞാൻ ഓരോ ദിവസവും തള്ളി നീക്കുന്നത്."

അനിത കരയാതിരിക്കാൻ ശ്രമപ്പെട്ടു. തനിക്ക് ചുറ്റും അണിനിരന്ന വ്യാജ ദാമ്പത്യങ്ങൾ കണ്ട് ശ്രീബാല നടുങ്ങുകയും ചെയ്തു.

ഈ ജീവിതത്തിൽ പൊള്ളിനിന്നിട്ടും ഞങ്ങൾ ഞങ്ങളുടെ കുടുംബം തകർത്തിട്ടില്ല. അതുകൊണ്ടു കൂടിയാ യോജിപ്പിന്റെ സാധ്യതകളുണ്ടേ തേടണം എന്നു പറയുന്നത്." ആബിദ.

ശ്രീബാല പിന്നെയും സങ്കടത്തിൽ കുതിർന്ന് അവരെ നോക്കി കുറേ നേരം ഇരുന്നു. പിന്നെ ആവുന്നത്ര ശാന്തമായി മന്ത്രിച്ചു.

"നിങ്ങൾ എല്ലാം എക്സാജറേറ്റ് ചെയ്യുകയാണ്."

കൂട്ടുകാരികൾ അതു മനസ്സിലാവാതെ പരസ്പരം നോക്കി.

"ഞാൻ ഒരിക്കൽ പോലും കാരണം നിങ്ങളാണെന്നു പറഞ്ഞില്ലല്ലോ. നിങ്ങളുടെ ജീവിതം നിങ്ങളുടെ ജീവിതമാണ്. എന്റെ എന്റേതും. നിങ്ങൾക്ക് കുടുംബം സംരക്ഷിക്കാൻ നിങ്ങളുടേതായ കാരണങ്ങളുണ്ടാവാം.

സാമ്പത്തിക ഭദ്രത, കുട്ടികൾ- അങ്ങനെ പലതും. ചിലപ്പോ ഈ ദൗർബല്യങ്ങളും, പിഴകളും ഉള്ള പങ്കാളിയെ അബോധമായി നിങ്ങളിപ്പോഴും സ്നേഹിക്കുന്നും ഉണ്ടാവാം. നല്ലത്."

അതു ശരിയാണെന്നു കൂട്ടുകാരികളിൽ രണ്ടു പേർക്കെങ്കിലും തോന്നി- ഈ വൈകൃതങ്ങളും വൈകല്യങ്ങളും ഒരു ദിവസം പങ്കാളികൾ തിരുത്തുമെന്നും പഴയതുപോലെ ജീവിക്കുമെന്നും തങ്ങൾ കരുതുന്നില്ലേ? അതിനുവേണ്ടി കാത്തിരിക്കുന്നില്ലേ? ആ കാത്തിരിപ്പിൽ സ്നേഹമില്ലേ? അവർ ഉള്ളിൽ ചോദിച്ചു.

"ഞാനും നന്ദനും തമ്മിൽ ഇതൊന്നുമല്ല വിഷയം. ഇനി നന്ദനു ഇങ്ങനെ എന്തെങ്കിലും ബന്ധമുണ്ടോ എന്നെനിക്കറിയില്ല. ഉണ്ടെങ്കിൽ തന്നെ ഞാനത് അന്വേഷിച്ചിട്ടില്ല. എന്റെ കാര്യത്തിലും കഥ അതുതന്നെയാണ്. ഞാനെന്താണ് എന്നു നന്ദനും അന്വേഷിക്കാനായിട്ടില്ല. അതിനു തോന്നിയിട്ടുമില്ല. അങ്ങനെ എനിക്ക് നന്ദനും നന്ദനു ഞാനും അപരിചിതരായിക്കൊണ്ടിരിക്കുകയായിരുന്നു. നിങ്ങളിപ്പോൾ നിങ്ങളുടെ കുടുംബത്തെക്കുറിച്ച് സങ്കടപ്പെടുന്നില്ലേ? ആ സങ്കടം ഞങ്ങൾക്കുണ്ടോ എന്ന് എനിക്ക് അറിഞ്ഞുകൂടാ. ആ ഒരു ശൂന്യത മറ്റൊരുതരം വേദനയാണ്."

ആബിദയും ഇന്ദുവും അനിതയും പരസ്പരം നോക്കി.

"അതിലേക്കാണ് നിങ്ങൾ മൂന്നാളും വരുന്നത്. നിങ്ങൾ എന്റെ ഉള്ളിൽ മരിച്ചുകിടന്ന ഒരു പാട്ടിനു ജീവൻ നൽകി. ഞാനാ പാട്ടിന്റെ ചില്ലകളിലൂടെ സഞ്ചരിച്ച് ഞാൻ ഒരു മരവിപ്പല്ലെന്നും എനിക്കും സന്തോഷിക്കാനും ജീവിക്കാനും ആകുമെന്നും കണ്ടെത്തി. അല്ലാതെ നിങ്ങളാരും എന്റെ കുടുംബം തകർത്തിട്ടില്ല. ഒരുപക്ഷേ എന്നെ എനിക്ക് തിരിച്ചുതരാൻ നിങ്ങളൊരു നിമിത്തമായിട്ടുണ്ടാവും. അവിടെ നിന്ന് അങ്ങോട്ട് എല്ലാം എന്റെ തീരുമാനമാണ്. അല്ലെങ്കിൽ എന്റെയും നന്ദന്റെയും തീരുമാനമാണ്. ഞങ്ങളാ തീരുമാനം എടുത്തതും പരസ്പരം വെറുത്തുകൊണ്ടല്ല എന്നാണ് എന്റെ വിശ്വാസം."

ശ്രീബാല പറഞ്ഞതൊന്നും ആബിദയ്ക്കും ഇന്ദുവിനും അനിതയ്ക്കും പൂർണമായി മനസ്സിലായില്ല. തങ്ങളെ അവൾ പഴിക്കുന്നില്ല എന്ന ഒരാശ്വാസം മാത്രം അവരെ തൊട്ടു.

ആ നിമിഷം കോളിംഗ് ബെൽ ശബ്ദിച്ചു. ആരാണ് തനിക്കൊരു അതിഥി എന്ന അമ്പരപ്പോടെ ശ്രീബാല കതകു തുറന്നപ്പോൾ കണ്ടു-പുറത്ത്, നന്ദൻ.

ശ്രീബാല പകച്ചു.

നന്ദൻ പറഞ്ഞു. "അന്ന് ആ റെസ്റ്റോറന്റിൽ ഞാനൊരു പ്രസാദം മറന്നുവെച്ചു. ബാലയ്ക്ക് അതു കിട്ടിയോന്നറിയാൻ...."

"നന്ദൻ വിശ്വാസിയായോ?"

"അങ്ങനെ ചോദിച്ചാ എനിക്കറിയില്ല. പക്ഷേ ഇപ്പോ എനിക്കൊരു പിടിവള്ളി വേണം."

ശ്രീബാല വല്ലാതായി.

"അതു തിരുപ്പതിയിൽ നിന്നു പ്രത്യേകം ഞാൻ പൂജിച്ചു വാങ്ങിയതാ. കിട്ടിയിരുന്നോ അത്? ഇല്ലേ പോട്ടെ. സാരമില്ല."

"ഞാൻ എടുത്തു വെച്ചിട്ടുണ്ട്. നന്ദൻ അകത്തു വരൂ."

നന്ദൻ പിന്നെ അകത്തു കയറി. ആ വേളയാണ് അയാൾ ആബിദയെയും അനിതയെയും ഇന്ദുവിനെയും കണ്ടത്. നന്ദനെ കണ്ട് ഒരു കാരണവുമില്ലാതെ പരുങ്ങുകയായിരുന്നു അവർ.

"നന്ദൻ ഇരിക്ക്. ഇതെന്റെ ഫ്രന്റ്സ്. ആബിദ, ഇന്ദു, അനിത. ഇവരാ ആ ഗെറ്റ് ടുഗദർ സംഘടിപ്പിച്ചത്."

"ഓ"

"ശ്രീബാല ബാഗിൽ നിന്നു ആ പ്രസാദം തപ്പിയെടുത്തു."

നന്ദൻ അപ്പോൾ ആബിദയെയും ഇന്ദുവിനെയും അനിതയെയും നോക്കി പറഞ്ഞു. "ഞാൻ കഥയിലെ വില്ലനാണോ എന്നറിയില്ല. ഇല്ല. ബാല ഒരിക്കലും എന്നെ അങ്ങനെ നിങ്ങളുടെ മുൻപിൽ അവതരിപ്പിക്കില്ല. എനിക്കറിയാം ബാലയെ. പിന്നെ നിങ്ങളെ ഒക്കെ നേരത്തേ

പരിചയപ്പെടേണ്ടതായിരുന്നു. നിങ്ങളെ എന്റെയും സുഹൃത്തുക്കളാക്കേണ്ടതായിരുന്നു. അതൊക്കെ അറിയാൻ വൈകിപ്പോയി."

കൂട്ടുകാരികൾ മാത്രമല്ല ശ്രീബാലയും അതു കേട്ട് ഉലഞ്ഞു.

"മനഃപൂർവായിരുന്നില്ല ഒന്നും. പറഞ്ഞില്ലേ..... ഒന്നും അറിയില്ലായിരുന്നു എനിക്ക്. അറിഞ്ഞിരുന്നേ നിങ്ങളൊക്കെ കൂടെ ഉണ്ടായിരുന്നേ ഇങ്ങനെ പരസ്പരം ബോറടിക്കുമായിരുന്നില്ല, ഞങ്ങൾക്ക്." ശേഷം പതർച്ചയോടെ ആ പ്രസാദം വാങ്ങിക്കൊണ്ട് നന്ദൻ ഇറങ്ങിപ്പോയി.

ആ നിമിഷം ശ്രീബാലയുടെ ഉള്ളു നനഞ്ഞു. അവൾ പിന്നാലെ ചെന്നു രണ്ടു കൈകളും നീട്ടി വിളിച്ചു "നന്ദാ"

തിരിഞ്ഞുനോക്കി, അതു കാണേണ്ട താമസം നന്ദൻ ഓടി അവളുടെ കൈകളിൽ വീണു, അവളെ ഗാഢമായി ആലിംഗനം ചെയ്തു. മുറുക്കെ ബാലയെ പുണരുന്നതിനിടയിൽ തന്നെ നന്ദൻ മന്ത്രിച്ചു. "എനിക്ക് പിണക്കം ഉണ്ടാവുമായിരുന്നു ബാലാ..... ഇങ്ങനെ ഒരു ഹഗ് നീ വെച്ചുനീട്ടിയില്ലായിരുന്നെങ്കിൽ."

"ഞാനും പിണങ്ങിയേനേ..... ഇപ്പോഴെങ്കിലും എന്നെ വാരിപ്പിടിച്ചില്ലായിരുന്നേ....."

പിന്നെ അവർ വേർപെട്ടു.

ഇരുവരുടെ കണ്ണുകളും നിറഞ്ഞിരുന്നു. അതാദ്യമായാണ് അവർ സ്നേഹംകൊണ്ട് കരഞ്ഞത്.

ശേഷം ഒരാൾ അങ്ങ് മാഞ്ഞുപോയി- ഒരുപക്ഷേ എന്നെന്നേക്കുമായി.

അതു കണ്ടുനിന്ന ആബിദയ്ക്കും ഇന്ദുവിനും അനിതയ്ക്കും ഒരു കാര്യം ഉറപ്പായി- തങ്ങളുടെ ജീവിതത്തിൽ ഒരുകാലത്തും ഇങ്ങനെ ഒരു നിമിഷം ഉണ്ടാവില്ല- ഇത്രമേൽ സത്യസന്ധമായ ഒരു നിമിഷം.

പതിമ്മൂന്ന്

കേരളത്തിനു പുറത്തേക്കായിരുന്നു ശ്രീബാലയുടെയും പ്രശാന്തിന്റെയും യാത്ര. ട്രെയിനിലെ ഫസ്റ്റ് ക്ലാസ് കൂപ്പെയിൽ, മനസ്സിൽ നിന്നും സിനിമ മായ്ച്ചുകളയാൻ ശ്രമിച്ചുകൊണ്ട് അവരിരുന്നു.

പോസ്റ്ററുകൾ ഒട്ടിച്ചു കഴിഞ്ഞതിനു പുറമേ ടെലിവിഷനിൽ ട്രെയിലറുകൾ വന്നുകൊണ്ടിരുന്നു. ഓൺലൈനിലും പ്രൊമോഷൻ പ്രോഗ്രാംസ് നടക്കുന്നു.

ഇനി എല്ലാം കാണികളുടെ കയ്യിലാണ്. മറ്റൊന്നും ആർക്കും ചെയ്യാനില്ല.

യാത്രയിൽ ഇരുവരും അധികം സംസാരിച്ചില്ല. പ്രശാന്ത് വായിക്കാൻ ശ്രമിച്ചു. ഈ ചിത്രത്തിന്റെ പിറകേ യാത്രയാരംഭിച്ചിട്ടു ഒരു വർഷത്തോളമായി. ഈ കാലയളവിൽ ഒരു പുസ്തകം വായിച്ചിട്ടില്ല, വാരിക വായിച്ചിട്ടില്ല. പത്രം പോലും കൃത്യമായി വായിച്ചിട്ടില്ല. ഷൂട്ടിംഗ് നടക്കുമ്പോഴാകട്ടെ രാവിലെ ആറിനു മുറിയിൽ നിന്നിറങ്ങിയാൽ രാത്രി പതിനൊന്നിനാവും വരിക. ഇതിനിടയിൽ എവിടെ വായന?

സിനിമാക്കാരിൽ പലരും ഇങ്ങനെ അക്ഷരങ്ങൾ മറക്കുന്നവരാണ്. സിനിമയിൽ അകപ്പെട്ടാൽ ഹോട്ടൽ മുറിയിൽ നിന്നു ഹോട്ടൽ മുറിയിലേക്കും ലൊക്കേഷനിലേക്കും സ്റ്റുഡിയോകളിലേക്കും മാത്രമാകുന്ന യാത്ര. അവയ്ക്ക് പുറത്തുള്ള മനുഷ്യരെ കാണുന്നില്ല. ലോകം എങ്ങോട്ടു പോകുന്നു എന്നു തിരിച്ചറിയുന്നില്ല. എന്തിനു വെയിലും നിലാവും മഴയും പോലും അനുഭവിക്കുന്നില്ല. അങ്ങനെ പതുക്കെ യാഥാർത്ഥ്യബോധം നഷ്ടമാകുന്നു. പല ചലച്ചിത്രകാരന്മാരും ഔട്ട്ഡേറ്റഡ് ആവുന്നത് അങ്ങനെയാണ്. അവർ ചലച്ചിത്രരംഗത്ത് പ്രവേശിച്ച കാലത്തു തന്നെയാണ് അവർ നിൽക്കുന്നത്. ശേഷം റിപ്പ്‌വാൻ വിങ്കിളിനെ പോലെ അവർ നിദ്രയിലാണ്ടു പോയിരിക്കുന്നു.

ശ്രീബാല ലാപിൽ ചില ഹോളിവുഡ് സിനിമകൾ കാണുകയായിരുന്നു- ജൂലിയാ റോബർട്ട്സിന്റെയും മെറിൽ സ്ട്രീപ്പിന്റെയും ഓഡ്രി ഹേപ്ബേണിന്റെയും, ആൻജലീനാ ജോളിയുടേയും ഒക്കെ ചിത്രങ്ങൾ.

അവിടെ നാൽപതു കഴിഞ്ഞ നടികൾ നായികമാരാവുന്നു. അവരുടെ സിനിമകൾ വലിയ കഥകൾ പറയുന്നു. ജീവിതത്തിന്റെ നേർകാഴ്ചകളായ കഥകൾ. അവ ഒരു മടിയുമില്ലാതെ പ്രേക്ഷകർ ഏറ്റുവാങ്ങുന്നു.

ഇവിടെ മുപ്പതു കഴിയുമ്പോഴേ നടി ചലച്ചിത്രത്തിലെ പ്രോപ്പർട്ടി മാത്രമാകുന്നു. രംഗത്ത് എവിടെയെങ്കിലും ചേച്ചിയായോ അമ്മയായോ അവരെ സ്ഥാപിച്ചാൽ മതി. അവർക്ക് സംഭാഷണങ്ങളുണ്ടായാൽ ഭാഗ്യം.

മലയാളിക്ക് ജീവിതത്തിൽ മാത്രമേ സ്ത്രീയുടെ സുഗന്ധം വേണ്ടൂ. കലയിൽ അവൾ അഭികാമ്യയല്ല. അവളുടെ ജീവിതം അവതരിപ്പിക്കാനും അതു കാണാനും മലയാളിക്ക് മനസ്സു പോരാ.

ഒരു കടലോര വിശ്രമകേന്ദ്രത്തിലാണ് അവർ മുറിയെടുത്തത്. ഒരു കോട്ടേജ്. അവിടെ മലയാളികൾ കുറവായിരുന്നു. അതുകൊണ്ടു ശ്രീബാലയെ കണ്ട് അവരുടെ സ്വകാര്യതയിലേക്ക് ആരും ഇഴഞ്ഞു കയറിയില്ല. കോട്ടേജിലെ രണ്ടു മുറികളിലായി അവർ കഴിഞ്ഞു.

ചിലപ്പോൾ രാവിലെ കെറ്റിലിൽ പ്രശാന്ത് ചായയുണ്ടാക്കി. മറ്റു ചിലപ്പോൾ ശ്രീബാല. മിക്കപ്പോഴും രാവിലെ അവരൊന്നിച്ച് ബീച്ചിൽ നടക്കാൻ പോയി. വൈകുന്നേരങ്ങളിൽ അവിടെ കാറ്റുകൊണ്ടിരുന്നു. ഇടയ്ക്ക് തനിച്ചാവണമെന്നു തോന്നിയപ്പോൾ തങ്ങളുടെ മുറികളിൽ.... തനിയെ.... അങ്ങനെ....

“ചിത്രം ജയമായാലും തകർന്നാലും പ്രശാന്ത് ഉടനേ അടുത്ത ചിത്രം പ്ലാൻ ചെയ്യണം. വിജയത്തിൽ മുങ്ങണ്ട. പരാജയത്തിൽ തളരുകയും അരുത്.”

റിലീസിന്റെ തലേന്നു കോട്ടേജിനു മുന്നിൽ തീ കാഞ്ഞുകൊണ്ടിരിക്കേ ശ്രീബാല പറഞ്ഞു.

“ഞാൻ ശ്രമിക്കാം”

“ശ്രമിച്ചാൽ പോര. ചെയ്യണം”

“ഈ യാത്രയുടെ ഓർമയ്ക്ക് ഞാനൊരു ഗിഫ്റ്റ് കരുതിയിട്ടുണ്ട്. സത്യത്തിൽ ഇതു വളരെ നേരത്തേ തരേണ്ടതായിരുന്നു. പിന്നീടാ അതോർത്തത്.”

“വാചകമടിക്കാതെ സംഗതി പോരട്ടെ.”

അതോടെ പ്രശാന്ത് അകത്തുപോയി ഒരു പുസ്തകം എടുത്തുകൊണ്ടുവന്നു ശ്രീബാലയ്ക്ക് നീട്ടി. അതാ നോട്ടുബുക്ക് തന്നെയായിരുന്നു.

ശ്രീബാലയുടെ പഴയ ബ്ലാക്ക് ആന്റ് വൈറ്റ് ചിത്രങ്ങൾ നിറഞ്ഞ പ്രശാന്തിന്റെ നോട്ടുബുക്ക്.

ഒരിക്കൽ കൂടി ശ്രീബാല അതു മറിച്ചുനോക്കി.

“ഞാനിതു അന്നേ തരേണ്ടതായിരുന്നു. അല്ലേ?”

Aysha M

"സത്യം പറ. ഇയാൾ അന്ന് എന്റെ അത്ര വല്യ ആരാധകനായിരുന്നോ?"

"ഒരിക്കൽ ഞാൻ മറൈൻ ഡ്രൈവിൽ ഷൂട്ട് കാണാൻ വന്നിട്ടുണ്ട്. ശ്രീബാലയെ കാണാൻ തിക്കിത്തിരക്കിയതു ബഹളമായി. പിന്നെ നിങ്ങളുടെ ആളുകൾ എന്നെ ഓടിച്ചുവിട്ടു."

"ങ്ഹാ?"

"പിന്നെ കോഴിക്കോട് ബീച്ചിലെ ഒരു ഷൂട്ടിനാ വ്യക്തമായി കണ്ടത്."

ശ്രീബാല തലയറഞ്ഞു ചിരിച്ചു. ശേഷം ചോദിച്ചു. "പിന്നെങ്ങനെ ആ ആരാധന നിന്നു?"

"ഞാൻ മുതിർന്നു. വായന കൂടി. അതോടെ ഒരു നടനോ നടിയോ അല്ല സംവിധായകനാണ് സിനിമ എന്നു തിരിച്ചറിഞ്ഞു. ഞാനീ നോട്ടുബുക്ക് തട്ടിൻപുറത്ത് എവിടെയോ ഉപേക്ഷിച്ചു."

ശ്രീബാല പ്രശാന്തിനെ ആഴത്തിൽ നോക്കി. പിന്നെ ആർദ്രമായ സ്വരത്തിൽ പറഞ്ഞു.

"ഇവിടെ നിന്നു നമ്മൾ പിരിഞ്ഞു കഴിഞ്ഞാലും ഇനി ഒരിക്കൽ പോലും കണ്ടില്ലെങ്കിലും സംസാരിച്ചില്ലെങ്കിലും ഞാൻ ഇയാളെ ഒരിക്കലും മറക്കാൻ ഇടയില്ല."

പ്രശാന്ത് അമ്പരന്ന് അവരെ നോക്കി.

"ഭൂമിയിൽ ഇങ്ങനെ അജ്ഞാതനായ ഒരു ആരാധകൻ എനിക്കുണ്ടായിരുന്നു എന്നതും, മുതിർന്നപ്പോൾ അയാൾ അയാളുടെ ആദ്യ ചിത്രം എന്നെ വെച്ചു എടുത്തു എന്നതും വലിയ സന്തോഷാ. മാത്രമല്ല ഇതിനിടയിൽ അയാൾ എനിക്ക് തന്നതു അതി മനോഹരമായ കുറേ ദിവസങ്ങളാ. ഇനി ഒരിക്കലും എന്റെ ജീവിതത്തിൽ ആവർത്തിക്കാനിടയില്ലാത്തത്ര മനോഹരമായ ദിവസങ്ങൾ."

അതു പറയുമ്പോൾ ശ്രീബാലയുടെ കണ്ഠമിടറി. പ്രശാന്ത് നിശ്ശബ്ദനായി.

"ഇതൊക്കെയാണെങ്കിലും എല്ലാം മറച്ചുവെച്ച താൻ പഠിച്ച പെരുങ്കള്ളനാ."

അതു പറഞ്ഞ് അവർ ചിരിച്ചു. പ്രശാന്തും ഉറക്കെ ചിരിച്ചു.

ആ രാവും തണുപ്പും ആ വർത്തനമാനവുമാണ് തന്റെ ജീവിതത്തിൽ ഇതുവരെയുണ്ടായ ഏറ്റവും മനോഹരമായ അനുഭവമെന്നു പ്രശാന്തിനു തോന്നി.

അന്നവൻ നേരത്തെ പോയി കിടന്നു. നിദ്ര അമ്മയുടെ മടിത്തട്ടിലെന്നപോലെ അവനെ ഏറ്റുവാങ്ങി ഉറക്കി. നാളെ ചിത്രം പ്രദർശനം തുടങ്ങുമെന്നതോ, അതിന്റെ വിധിയെന്താകുമെന്നതോ അയാളെ അലട്ടിയതേയില്ല.

ശ്രീബാല വിചാരിച്ചു- എനിക്കിപ്പോൾ ഒരു തൂവലിന്റെ ഭാരം പോലു മില്ല. ഞാനെങ്ങോ പറക്കുകയാണ്. ഞാൻ മുൻപ് അറിയാത്ത ഒരു ആകാശത്തിൽ, ഉയരത്തിൽ, ...ആയിരം വർണങ്ങളുള്ള തൂവലായി അങ്ങനെ......

ജലജ ഉറങ്ങാതെ കിടക്കുകയായിരുന്നു. ഇടയ്ക്ക് പ്രശാന്തിനെ ഒന്നു വിളിക്കണമെന്ന് അവൾക്ക് തോന്നി. അതിനായി പലതവണ അവൾ മൊബൈൽ കയ്യിലെടുത്തതുമാണ്. ഒടുവിൽ അവൾ തീരുമാനിച്ചു- വേണ്ട. ഇനി പ്രശാന്തിനെ വിളിക്കേണ്ടതില്ല.

ഈ ചിത്രത്തോടെ അവന്റെ ലോകം മാറുമെന്നു തനിക്കെന്തോ തോന്നുന്നുണ്ട്. മാറട്ടെ. ഒരുപാടു വേവലാതികൾ തിന്നു ജീവിച്ച ഒരാ ളാണ് പ്രശാന്ത്. അവന് ഇതുവരെ ലഭിക്കാതിരുന്നതെല്ലാം ലഭിക്കട്ടെ.

ജലജ ഫോൺ മാറ്റിവെച്ചു കിടന്നു.

കടലിൽ നിന്നു തണുത്ത കാറ്റ് വീശുന്നുണ്ടായിരുന്നു. അപ്പോഴും ഉറങ്ങാത്ത ഇണകൾ കടപ്പുറത്തു പുണർന്നു കിടന്നു. അതൊന്നുമറി യാതെ ഉറക്കത്തിന്റെ ആഴങ്ങളിലായിരുന്ന പ്രശാന്ത് പൊടുന്നനെ കണ്ണു തുറന്നു. താനെവിടെയാണ്? അവന് ഒരു നിമിഷം പിടികിട്ടിയില്ല. എവിടെ യാണെങ്കിലും ആരോ തന്നെ ഉറ്റുനോക്കിക്കൊണ്ട് ഇരിപ്പുണ്ട്.

പ്രശാന്ത് ചാടിപ്പിടഞ്ഞ് എഴുന്നേറ്റു.

അടുത്ത നിമിഷം അവൻ കണ്ടു- കട്ടിലിന്റെ ഒരറ്റത്ത് ഒരാൾ തന്നെ സാകൂതം നോക്കിയിരിപ്പാണ്.

എപ്പോഴാണ് ഇവർ ഈ മുറിയിലെത്തിയത്? താൻ കതകിനു കുറ്റി യിട്ടില്ലായിരുന്നോ? സാധാരണ അങ്ങനെ ചെയ്യാറുണ്ടായിരുന്നല്ലോ? ഇനി ഇവരിങ്ങനെ കടന്നുവരുമെന്ന് അബോധമായി താൻ ആഗ്രഹിച്ചി രുന്നോ?

ശ്രീബാല പതുക്കെ അയാളുടെ വലതുകൈ എടുത്തു. അവരാ കയ്യിൽ നോക്കി ഇരുന്നു. പിന്നെ ആ കൈത്തലത്തിൽ ചുണ്ടമർത്തി ചുംബിച്ചു.

പ്രശാന്തിന്റെ ഉള്ളം ഒന്നു പിടഞ്ഞു.

ശ്രീബാല പിന്നെ അയാളുടെ നെറ്റിയിൽ ചുംബിച്ചു. പിന്നെ കണ്ണിൽ. ശേഷം ആഴത്തിൽ ചുണ്ടുകളിൽ.

ശിശിരനിദ്രയിലാണ്ടു കിടന്നിരുന്ന അയാളിലെ അഗ്നി കാറ്റത്തെന്ന പോലെ ആളി. അയാൾ അവരെ തന്നിലേക്ക് വലിച്ച് അടുപ്പിച്ചു. പിന്നെ ആ നെറുകയിൽ ഗാഢമായി ചുംബിച്ചു. ആ ചുംബനത്തിന്റെ ഊഷ്മാവ് ശ്രീബാലയെ പൊള്ളിച്ചു.

അവർ പിന്നെ സ്ത്രീയും പുരുഷനും മാത്രമായി. ദൂരെ കടലിരമ്പു ന്നുണ്ടായിരുന്നു. അതിനേക്കാൾ ആവേശത്തോടെ അവർ ഇരമ്പി.

നേരം വെളുത്തപ്പോൾ ഒരു പൂവിനെ പോലെ ശ്രീബാല ഉറക്കമാണെന്ന് അയാൾ കണ്ടു. വെറുതേ മുടിയിഴകൾ ഒന്നു വകഞ്ഞുമാറ്റി അയാൾ ആ കവിളിൽ തലോടി. ആ നിമിഷം അവർ അയാളുടെ വിരലുകളിൽ മുറുകെ പിടിച്ച്; താൻ ഉറക്കമല്ലെന്ന് വെളിവാക്കി. ഇരുവരും അതോടെ ഒന്നിച്ചു പൊട്ടിച്ചിരിച്ചു.

അതിനുശേഷം പ്രശാന്ത് കിടക്കയിലേക്ക് മടങ്ങിയില്ല.ശ്രീബാലയുടെ കൈ വിടർത്തി കോട്ടേജിനു പുറത്തെത്തി.

മഞ്ഞിൽ നനഞ്ഞു പ്രഭാതം വിരിഞ്ഞുകിടന്നു. അയാൾക്ക് വെറുതെ നടക്കാൻ തീരാത്ത ഉത്സാഹം തോന്നി. എത്ര ദൂരം അങ്ങനെ നടന്നെന്നു പ്രശാന്തിന് അറിയില്ല. നടന്നു. ആവുന്നത്ര ദൂരം..... ആവുന്നത്ര വേഗത്തിൽ.....

തിരികെ വരുമ്പോൾ, എതിരെ വന്ന ആളെ എവിടെയോ വെച്ചു കണ്ടതാണല്ലോ എന്നു തോന്നി.

അതു വിക്ടറായിരുന്നു.

പ്രശാന്തിനെ വിക്ടറിനു തിരിച്ചറിയാനായില്ല. പ്രശാന്തിന് ഓർമിപ്പിക്കേണ്ടിവന്നു.

വിക്ടർ ഗംഗയെ തന്നെയാണ് വിവാഹം ചെയ്തത്. രണ്ടു കുട്ടികളുണ്ട് അവർക്ക്. ഒരു അവധിക്കാല യാത്രയുടെ ഭാഗമായാണ് അവിടെ.

വിക്ടർ പ്രശാന്തിനെ മുറിയിലേക്ക് കൊണ്ടുപോയി. കളിയിൽ നിന്നു പുറത്തായതോടെ, പതറാതെ ബിസിനസ്സിലേക്ക് തിരിയുകയായിരുന്നു അയാൾ. എത്രയോ വലിയ ഉയരങ്ങൾ അയാൾക്ക് സ്വന്തമാവുകയും ചെയ്തു. രാജഗോപാൽ സർ ഇന്നില്ല. അദ്ദേഹം ഇടയ്ക്കിടെ പ്രശാന്തിനെക്കുറിച്ച് സംസാരിക്കാറുണ്ടായിരുന്നെന്നു വിക്ടർ ഓർമിച്ചു. പ്രശാന്തിന്റെ ചില സിനിമകൾ അദ്ദേഹം കണ്ടിട്ടുമുണ്ട്.

ഗംഗ വായനയുടെയും സിനിമയുടെയും ഒക്കെ ലോകം എന്നോ ഉപേക്ഷിച്ചിരുന്നു. വിക്ടറിന്റെ ബിസിനസിന്റെയും വീടിന്റെയും എല്ലാം താക്കോൽ ഗംഗയുടെ കയ്യിലാണ്. അതിലവൾക്ക് വല്ലാത്ത അഭിമാനവുമുണ്ട്.

പ്രശാന്തിന്റെ ഒരു സിനിമ പോലും ഗംഗ ശ്രദ്ധിച്ചിട്ടില്ല. ക്ഷമാപണപൂർവം അവളതു സമ്മതിച്ചു.

വീണ്ടും കണ്ടപ്പോഴുള്ള കുഞ്ഞു കൗതുകം മാറ്റിനിർത്തിയാൽ, ഈ ഗംഗ തീർത്തും തനിക്ക് അപരിചിതയാണെന്ന് പ്രശാന്തിനു തോന്നി.

ഈ വർഷങ്ങളത്രയും താൻ ഗംഗയെ ഓർത്തിരുന്നു. അവൾ തന്റെ ചിത്രങ്ങൾ കാണണമെന്ന് മോഹിച്ചിരുന്നു. പക്ഷേ ഗംഗ അത്തരം ഓർമകളെല്ലാം ഉപേക്ഷിച്ചുകളഞ്ഞു. അതൊന്നുമറിയാതെ താൻ തന്റെ മനസ്സിൽ ആ വീട്ടിലെ പുസ്തകങ്ങൾ പോലും സൂക്ഷിച്ചു. ഇതാണ് ജീവിതം. ഓരോരുത്തരും ജീവിക്കുന്നതു തങ്ങളുടെ വൃത്തത്തിൽ മാത്രമാണ്.

ഇറങ്ങുമ്പോൾ ഗംഗ പറഞ്ഞു.

"ഇടയ്ക്ക് ഞങ്ങളുടെ വീട്ടിലേക്ക് വരൂ പ്രശാന്ത്. അച്ഛന്റെ പുസ്തകങ്ങൾ പ്രശാന്ത് എടുത്തോളൂ."

വരാമെന്നു പറഞ്ഞെങ്കിലും അങ്ങനെ സംഭവിക്കില്ലെന്നു പ്രശാന്തിനു അറിയാമായിരുന്നു.

അന്നു നൂൺഷോ കഴിഞ്ഞ ഉടൻ പ്രകാശിന്റെയും വിനോദിന്റെയും അരവിന്ദേട്ടന്റെയും കോൾ വന്നു. "എടാ ആളുകൾ കുറവായിരുന്നു. പക്ഷേ കണ്ട എല്ലാവർക്കും ഇഷ്ടമായി. വിദ്യക്കും ജലജയ്ക്കും പ്രത്യേകിച്ച്. സ്ത്രീകൾ ഈ സിനിമ ഉറപ്പായും കാണുമെന്നാ ജലജ പറയുന്നേ."

ജലജ അതെന്തേ നേരിട്ടു വിളിച്ചു പറഞ്ഞില്ല എന്നോർക്കുകയായിരുന്നു പ്രശാന്ത്.

പിന്നെ ഒരുപാടുപേർ വിളിച്ചു- കൂടുതലും സിനിമയിലുള്ളവർ.

"ആളു കുറവാണ് ഇപ്പോ. പക്ഷേ പിക്ക് അപ് ആവും. ഉറപ്പാ." എല്ലാവരും ഏകാഭിപ്രായക്കാരായി.

പ്രശാന്തിനു ശ്വാസം വിടാമെന്നു തോന്നി.

അതിനിടയിൽ നന്ദനും വിളിച്ചു- "ഞാൻ കണ്ടു ബാലാ. നീ എത്രയോ നന്നായിരിക്കുന്നു. ഇപ്പോൾ എനിക്ക് വേദനയുണ്ട്. നിന്റെ കുറേ വർഷങ്ങൾ പാഴാക്കി കളഞ്ഞതിൽ."

"സാരമില്ല നന്ദാ. എല്ലാം എന്റെയും കൂടി തീരുമാനമായിരുന്നല്ലോ? പിന്നെ എന്റെ തീരുമാനം തെറ്റിപ്പോയെന്നു അറിഞ്ഞപ്പോഴും ഞാൻ സ്വയം വഴങ്ങുകയായിരുന്നല്ലോ."

"ഇതു പറയുന്ന ബാലയോടെനിക്ക് വല്ലാത്ത ബഹുമാനമുണ്ട്."

"നന്ദി. നന്ദൻ നല്ല സിനിമകൾ ചെയ്യൂ. നല്ലതു നേരുന്നു."

അതോടെ അങ്ങേത്തലയ്ക്കൽ അയാൾ ഫോൺ വെച്ചു.

പുറത്തു മഴ പെയ്യുന്നുണ്ടായിരുന്നു. ഒരു നിമിഷം അതു നോക്കി നിന്നശേഷം ഭ്രാന്തു പിടിച്ചപോലെ ശ്രീബാല ആ മഴയിലേക്ക് ഓടിപ്പോയി. അവരാ മഴയിലേക്ക് കൈകൾ നീട്ടി, ആകാശത്തേക്ക് നോക്കി നിന്നു. പ്രശാന്ത് അതു കണ്ടെങ്കിലും തടഞ്ഞില്ല- അയാൾക്ക് തോന്നി. അതു കെട്ടിനിർത്തിയ ഒരു നിലവിളിയാണ്. ഒരു തീരാനിലവിളി. മഴയോടൊപ്പം അതു പെയ്തു തീരട്ടെ.

അതു കഴിഞ്ഞു ശ്രീബാല കാത്തിരുന്ന ഒരു വിളി കൂടി ഉണ്ടായി. ശ്രീബാലയുടെ രണ്ടാമത്തെ ചിത്രം തന്റെ ഒപ്പമായിരിക്കണമെന്നും ഭർത്താവുമായി തെറ്റിപ്പിരിഞ്ഞ ഒരു ഭാര്യയുടെ കഥ അതിനായി താൻ ഒരുക്കിയിട്ടുണ്ടെന്നും അതു ശ്രീബാലയ്ക്ക് ഒരു വെടിക്കു രണ്ടു പക്ഷിയായിരിക്കുമെന്നും ഫോൺ ചെയ്തയാൾ പറഞ്ഞു.

"എനിക്ക് പൂർണ തിരക്കഥ വേണം. പ്രതിഫലവും മറ്റും വിലപേശാനൊന്നും ഞാനില്ല. ഞാൻ പറയുന്നതാണ് എന്റെ പ്രതിഫലം."

ശ്രീബാല അതൊന്നും ശ്രദ്ധിക്കാതെ മറുപടി നൽകി.

വേണുഗോപാൽ സർ അതോടെ ഫോൺ കട്ട് ചെയ്തു. തെല്ലു കഴിഞ്ഞു ഫോൺ കട്ടായിപ്പോയതാണെന്ന മുഖവുരയോടെ "എല്ലാം ശ്രീബാല തീരുമാനിക്കും പോലെ" എന്നു സർ വീണ്ടും വിളിച്ച് അറിയിച്ചു.

രാത്രി വളരെ വൈകിയാണ് സുചിത്ര വിളിച്ചത്. അങ്ങോട്ട് വിളിച്ചപ്പോഴൊന്നും അവർ ഫോണെടുക്കുന്നുണ്ടായിരുന്നില്ല.

"സെക്കന്റ് ഷോ മിക്ക ഇടത്തും ഫുള്ളാ. പടം ഹിറ്റാ."

"സോ വീ മെയ്ഡ് ഇറ്റ് സുചിത്രാ."

"ഉം. എന്റെ കൺഗ്രാറ്റ്സ്. അടുത്തുള്ള ആളോടും അറിയിച്ചോളൂ."

ഒന്നു പതറി ശ്രീബാല ചോദിച്ചു.

"അടുത്തുള്ള ആളോ?"

"എനിക്കൂഹിക്കാം അത്. പ്രശാന്ത് ഇയാളോടു സീൻസ് എക്സ്പ്ലെയിൻ ചെയ്യുമ്പോഴും അതു റിപ്പീറ്റ് ചെയ്യാൻ ഇയാൾ ആവശ്യപ്പെടുമ്പോഴും ഞാൻ ഊഹിച്ചിരുന്നു- ഇതാവും ഈ സിനിമയുടെ യഥാർത്ഥ ക്ലൈമാക്സ് എന്ന്."

ശ്രീബാല നിശ്ശബ്ദയായിപ്പോയി.

"എന്താ ഫ്യൂച്ചർ പ്ലാൻ?"

ആ ചോദ്യത്തിനു മുന്നിലും ശ്രീബാല നിശ്ശബ്ദയായി. ഭാവി- അതേക്കുറിച്ചു താൻ ആലോചിച്ചിട്ടുണ്ടോ?

താൻ വർത്തമാനത്തിലാണ്. വർത്തമാനമാണു തന്നെ സംബന്ധിച്ചിടത്തോളം ഏറ്റവും വലിയ യാഥാർത്ഥ്യം, അനുഭവം. അതുകൊണ്ട് അവർ പറഞ്ഞു. "അതൊന്നും ആലോചിച്ചിട്ടില്ല, വിചാരിച്ചിട്ടില്ല- സുചിത്രാ. പിന്നെ ഇപ്പോൾ ഇതാണു ശരി. അതിനപ്പുറം ഒന്നും എനിക്കറിയുകയില്ല. എന്തോ അറിയണമെന്നു തോന്നുന്നുമില്ല."

"എനിക്ക് തന്നെ മനസ്സിലാക്കാം. പിന്നെ എനിക്കു മാത്രം ഒരു നഷ്ടമുണ്ട്. ബാലാ."

"എന്തേ?"

"ഈ സിനിമ നടത്തിയെടുക്കാൻ എനിക്കൊരാളുടെ മുന്നിൽ നഗ്നയാകേണ്ടിവന്നു. അറിയാമല്ലോ എനിക്കിപ്പോൾ ചെറുപ്പക്കാരെ മാത്രമേ ഇഷ്ടമുള്ളൂ. എന്നിട്ടും.....ഛെ."

ശ്രീബാലയ്ക്ക് വാക്കുകൾ നഷ്ടമായി. ഇതു എങ്ങനെയാണ് പ്രശാന്തിനോട് പറയുക എന്നറിയാതെ അവർ കുഴങ്ങി.

ആ വേള വീടോ, കാറോ ഒന്നും നഷ്ടമാകില്ലെന്ന ആശ്വാസത്തിൽ നിന്ന പ്രശാന്തിനെ ഒരു പത്രപ്രവർത്തക ഫോണിൽ വിളിക്കുകയായിരുന്നു- ഈ തലമുറയിലെ പെൺകുട്ടി.

“സർ ഇതു വ്യക്തമായും സ്ത്രീപക്ഷ സിനിമയാണ്. പക്ഷേ ഈ രാഷ്ട്രീയത്തോട് പ്രതിബദ്ധതയുണ്ടോ സാറിന്? അതോ ഇങ്ങനെ ഒരു വിഷയമെടുത്താൽ അതു ശ്രദ്ധിക്കപ്പെടുമെന്ന തോന്നലാണോ ഈ ചിത്രത്തിന്റെ പ്രേരണ?”

അതൊരു ചോദ്യമായിരുന്നു.

അതീവ കൃത്യമായ ചോദ്യം.

പ്രശാന്ത് പ്രകടമായും ഉലഞ്ഞു.

സത്യത്തിൽ അങ്ങനെ ഒരു പ്രതിബദ്ധതയുമായി ജീവിക്കുന്ന ആളാണോ താൻ?

പ്രശാന്ത് സ്വയം ചോദിച്ചു.

പിന്നെ പ്രശാന്ത് പറഞ്ഞു. “കുട്ടി പിന്നീട് വിളിക്കൂ. ഞാനിപ്പോൾ തിരക്കിലാണ്.”

■

www.ingramcontent.com/pod-product-compliance
Lightning Source LLC
LaVergne TN
LVHW100541051026
849519LV00003B/854